அறியப்பட வேண்டிய தமிழகம்
தொ.பரமசிவன் நேர்காணல்களும் ஆய்வுரைகளும்

தொகுப்பாசிரியர்
டாக்டர்.க.சுபாஷிணி

ISBN-978-1-64786-534-4

முதல் பதிப்பு பிப்ரவரி - 2021

புத்தகம் : அறியப்பட வேண்டிய தமிழகம் - தொ.பரமசிவன் நேர்காணல்களும் ஆய்வுரைகளும். / ஆசிரியர் : முனைவர்.க.சுபாஷிணி / முதல் பதிப்பு பிப்ரவரி 2021 / உரிமை : ஆசிரியருக்கு / வெளியீடு: தமிழ் மரபு அறக்கட்டளை பன்னாட்டு அமைப்பு - விலை : ரூ.80/- /ஐரோப்பாவில் யூரோ 1/-

தமிழ் மரபு அறக்கட்டளை பதிப்பகம்

தமிழ் மரபு அறக்கட்டளை பன்னாட்டு அமைப்பு எனும் நிறுவனம் 2001ஆம் ஆண்டு தொடங்கப்பட்டது. தமிழர் மரபு, தமிழ் வரலாறு, பண்பாட்டுக் கூறுகள், மரபுசார் தரவுகளைப் பாதுகாத்தல் மற்றும் ஆவணப்படுத்துதலை முக்கிய நோக்கங்களாகக் கொண்டு இந்நிறுவனம் செயல்படுகின்றது. இவை மட்டுமன்றி வரலாற்றுப் பாதுகாப்பு குறித்த சமூக விழிப்புணர்வை ஏற்படுத்தும் செயல்பாடுகளைத் தொடர்ந்து முன்னெடுத்து வருகிறது.

தமிழ் கூறும் நல்லுலகிற்கு, குறிப்பாக, ஆய்வு நிறுவனங்கள், கல்லூரிகள், பல்கலைக்கழகங்கள், பள்ளிக்கூடங்களில் பயில்வோருக்குத் தரமான ஆய்வு முறைமைகளைப் பயன்படுத்த ஊக்குவிக்கும் பல்வேறு செயல்பாடுகளைப் பயிற்சிப் பட்டறைகளை, களப்பணி பயிற்சிகளைத் தொடர்ந்து செய்து வருகின்றது தமஅ.

இச்செயற்பாடுகளின் ஓர் அங்கமாகத் தமிழ் மரபு அறக்கட்டளையின் பதிப்பகப் பிரிவு 2019ஆம் ஆண்டு தொடங்கப்பட்டது. வரலாறு, தமிழியல், பண்பாட்டியல், மானுடவியல், சமூகவியல், புலம்பெயர்வு ஆகிய துறைகளில் ஆய்வுசார் நூல்கள் இப்பதிப்பகத்தின் மூலம் பதிப்பிக்கப்படுகின்றன.

தமிழர் வரலாற்றுக்கு ஓர் அரணாக விளங்கும் தமிழ் மரபு அறக்கட்டளை பன்னாட்டு அமைப்பு உலகளாவிய கிளைகள் கொண்டு இயங்கி வருகிறது. ஜெர்மனியைத் தலைமையகமாகக் கொண்டு இயங்கிவரும் இந்த ஆய்வு நிறுவனம் உலகளாவிய வகையில் தமிழர் வரலாற்றுப் பாதுகாப்பு நடவடிக்கைகளை செயல்படுத்தி வருகிறது.

தொடர்புக்கு
e-mail - mythforg@gmail.com
https://tamilheritage.org/

உள்ளே

பதிப்புரை	07
தொ.பரமசிவன் - பண்பாட்டு அசைவுகளின் அடையாளம் - முனைவர் சிவ இளங்கோ	13
பேராசிரியர் தொ. பரமசிவன் நேர்காணல் - முனைவர் க. சுபாஷிணி	19
தமிழகத்தில் தேர்தல் அரசியல் தோற்றுவிட்டது - மதரா	36
பேரா.தொ.ப.வின் பார்வையில் தமிழர் சமயங்கள் - முனைவர் வே.கட்டளை கைலாசம்	40
பேராசிரியர் தொ.ப.வின் 'அழகர் கோவில்' ஆய்வு - ஆ.சிவசுப்பிரமணியன்	53
பண்பாட்டு ஆய்வாளர் பேரா.தொ.பரமசிவன் என்ற தொ.ப. - இரா.நாறும்பூநாதன்	62
அறியப்படாத தமிழகம் - நூல் விமர்சனம் - முனைவர் க. சுபாஷிணி	69

பதிப்புரை

தமிழகத்தின் சமூகச் சூழல் பன்முகத்தன்மை கொண்டது. தமிழக வரலாற்றை எழுதுவது என்பது அப்பன்முகத்தன்மையை உள்வாங்கி வெளிப்படுத்தும் வகையில் அமைய வேண்டும்.

மன்னர்கள் விட்டுச்சென்ற தடங்களை ஆய்வு செய்வதே வரலாறு என்ற பொதுப்படையான சிந்தனைப் போக்கிற்கு மாற்றுப்பாதை அமைத்து, மக்களின் வரலாற்றை ஆராய்வதன் வழி வரலாற்றைச் சரியாகப் பதிந்து வைக்க, கவனத்தைக் குவித்து இயங்கிக் கொண்டிருக்கும் மானுடவியல் ஆய்வுத் தளத்தில், தமிழகச் சூழலில், குறிப்பிடத்தக்க ஒருவராகத் திகழ்ந்தவர் பேராசிரியர் முனைவர் தொ.பரமசிவன் அவர்கள். அவர் அண்மையில் டிசம்பர் மாதம் 24ம்தேதி காலமானார் என்ற செய்தி ஆய்வுலகைக் கலங்க வைத்தது.

தொல்லியல் அகழாய்வுகளிளும், செப்புப் பட்டயங்களிலும், கோயிற் சுவர்களிலும், மண்டபங்களில் செதுக்கப்பட்ட கல்வெட்டுகளிலும், ஓலைச்சுவடிகளிலும், சிற்பங்களிலும் பொதிந்து கிடக்கின்ற செய்திகளை ஆராய்வது மட்டும் தமிழினத்தின் வரலாற்றை அறிந்து கொள்ளப் போதுமானது அல்ல; மக்களின் வாழ்வில் ஓர் அங்கமாகத் திகழ்கின்ற, வழி வழியாக, தலைமுறை தலைமுறையாகக் கொண்டு சேர்க்கப்பட்ட இயல்பான நாட்டார் கதைகளும், இசை, நடன, நாடகக் கூத்துக் கலைகளும் தன்னுள்ளே கொண்டிருக்கின்ற செய்திகளை அலசுவதும், அவற்றைப் புரிந்துகொள்ள எடுக்கப்படும் முயற்சிகளும் கூட வரலாற்றுத் தகவல்கள்தான். இவை மட்டுமே வரலாற்றை அறிந்து கொள்ள போதுமா என்றால், இவற்றிற்கும் மேலாக சமூகத்தையும், தனி மனிதரையும் வாசித்துப் புரிந்துகொள்ள மேற்கொள்ளப்படும் முயற்சிகள், வரலாற்று ஆய்வுகளுக்கு ஏராளமான தரவுகளை வழங்க முடியும் என்பதைத் தனது ஆய்வுகளின் வழியாக வெளிப்படுத்தியவர் பேராசிரியர் தொ.பரமசிவன் அவர்கள்.

தொ.பவின் பெரும்பாலான நூல்களின் மையப் பொருளாக இருப்பது ஒரு தனி மனிதரைச் சுற்றி சமூகம் என்ற அமைப்பு கட்டி எழுப்பியிருக்கின்ற சிறு சிறு விசயங்கள் தான். இக்கட்ட மைப்பை நுணுக்கமாகப் பிரித்தால், அது தமிழ்ச் சமூகத்தின் சாதி அமைப்பு, சடங்குகள், வழிபாட்டுக் கூறுகள், பண்பாட்டுத் தளங்கள் என்பதைச் சுற்றி எழுப்பப்பட்ட வகையில் அணுகப் படுவதைக் காணலாம். மொழியால் ஒரே இனமாகத் தமிழினம் அறியப்பட்டிருந்தாலும் கூட, சாதி அமைப்பின் ஆழமான தாக்கத்தால் தனித்தனிக் குழுக்களாகச் சிதறுண்டு, அந்த ஒவ்வொரு சிதறல்களும் தனித்துவத்துடன் சடங்குகளையும் பண்பாட்டுக் கூறுகளையும் அடிப்படைக் கூறுகளாகக் கொண்டு இயங்கிக் கொண்டிருப்பதை இவரது ஆய்வுகள் வெளிப்படுத்துகின்றன. இந்த அடிப்படை கூறுகளை ஒதுக்கி விட்டோ அல்லது காணத் தவறிவிட்டோ அல்லது காண விரும்பாமலோ செயல்படுத்தப்படும் ஆய்வு முயற்சிகள் முழுமை பெற முடியாது என்பதை இவரது நூல்கள் ஒவ்வொன்றும் வலியுறுத்துகின்றன.

பேராசிரியர் தொ.பரமசிவன் அவர்களது `பண்பாட்டு அசைவுகள்`, `அறியப்படாத தமிழகம்` ஆகிய நூல்களின் வழியாகத் தான் எனக்கு அவர் முதலில் அறிமுகமானார். தமிழ் மொழி ஆய்வு என்பது தமிழ் இலக்கிய நூல்களை அலசி ஆராய்வது மட்டுமல்ல; மாறாக மக்களின் வாழ்வில் பிரிக்க முடியாத இடம் பெறும் மிக இயல்பான நிகழ்வுகளும், எளிதான, அதே சமயம் மிக அடிப்படையான உணவு, தண்ணீர், உப்பு, எண்ணெய், சோறு தேங்காய், உரல், உலக்கை எனத் தொடங்கி மக்களின் வழிபாட்டு மரபில் இடம்பெறும் தெய்வங்களுக்கான உணவுப் பழக்கம், தமிழ்ச் சமயங்கள், சாமிகள் என விவரித்துச் செல்லும் பாங்கு என்னை மிகவும் ஆச்சரியப்படுத்தியது. புதுமையான கண்ணோட்டமாகவும், அதே சமயம் ஆழமான செய்திகளையும் அவரது ஆய்வுகள் இருப்பதை உணர்ந்தேன். மிக மிக இயல்பாக நமது அன்றாட வாழ்க்கை நிகழ்வுகளாக அமைந்துவிட்ட விஷயங்களை `அவற்றில் ஆய்வு செய்ய என்ன இருக்கின்றது` என ஒதுக்காமல், அவை ஒவ்வொன்றையும் தனது ஆய்வுக்கு உட்படுத்தி மிக உன்னிப்பாகவும் நுணுக்கமாகவும் கண்காணித்து அவற்றைத் தனது நூல்களின் வழியே ஆவணப்படுத்தியிருப்பது அவரது தனிச் சிறப்பு.

இவ்விதமான ஆய்வுப் பார்வை நம்மைச் சுற்றி இயங்குகின்ற பொதுவான ஆய்வுப் பார்வைகளிலிருந்து வேறுபட்டது. ஒரு சமூகமும் அதில் அங்கத்துவம் பெறும் ஒரு தனி மனிதரும் கடைப்பிடிக்கின்ற

அல்லது செயல்படுகின்ற விதமானது, ஒரு தனிமனிதன் சார்ந்து இருக்கின்ற சமூகத்தின் பண்பாட்டுத் தளத்தினை அடிப்படையாகக் கொண்டே இயங்குகிறது என்பதை இவரது படைப்புகள் வெளிப்படுத்துகின்றன.

தனது ஒவ்வொரு நூல்களிலும் தன் எண்ணக் கருத்துக்களை எந்தவித மனத் தடைகளும், தயக்கமும் இல்லாமல் அவர் பதிந்திருக்கின்றார் என்றே நான் உணர்கிறேன். தனக்கு முன்னால் அமர்ந்திருக்கும் சிலரிடம் உரையாடுவது போன்றே அவரது நூல்களில் அமைந்திருக்கின்ற கட்டுரைகள் ஒவ்வொன்றும் எழுதப்பட்டிருக்கின்றன. இத்தகைய எழுத்து நடை நூலை வாசிக்கும் வாசகர்களுக்கு அந்த எழுத்து நடையோடு வாசிப்புப் பயணத்தைத் தொடர வாசிப்பை இலகுவாக்குகிறது. சமூகவியல், மானுடவியல், பண்பாட்டு ஆய்வு, வரலாறு, அகழாய்வு மட்டுமன்றி தனது அரசியல் பார்வையையும் தனது எழுத்துக்களின் வழி ஆணித்தரமாக வெளிப்படுத்துகிறார். இவர் தொட்டுச்செல்லும் ஒவ்வொரு விசயமும் தொடர் ஆய்வுகளுக்கு வழிகாட்டுபவையாகவே அமைகின்றன.

அவரது படைப்புகளில் மிகக் கவனம் பெற்ற நூலாக அமைவது `அழகர் கோவில்` என்ற நூல். அச்சிடப்பட்ட அனைத்து நூல்களும் விற்று தீர்ந்தது என்பதோடு மிக நீண்ட காலமாக மறுபதிப்பு காணாமல் இருந்த இந்த நூல் 2020ம் ஆண்டின் இறுதியில் மதுரை காமராஜர் பல்கலைக்கழகத்தால் மறுபதிப்பு செய்யப்பட்டிருப்பது வரவேற்புக்குரியது.

2014ஆம் ஆண்டு அவரது நூல்களின் வழியாக தொ.ப அவர்களுடன் அறிமுகம் பெற்ற பின்னர் அவரது ஆய்வுப் படைப்புக்களைப் பாராட்டும் வகையில் அவரைத் தமிழ் மரபு அறக்கட்டளை பன்னாட்டு அமைப்பு சிறப்பிக்க வேண்டும் என்ற நோக்கத்துடன் தொடர்பு கொண்டிருந்தேன். 2015ஆம் ஆண்டு பாளையங்கோட்டையில் செயிண்ட் சேவியர் கல்லூரியில் `நாட்டுப்புற ஆய்வியல்` என்ற பொருண்மையில் ஒரு கருத்தரங்கை ஏற்பாடு செய்து அந்த நிகழ்ச்சியில் அவரைத் தமிழ் மரபு அறக்கட்டளை பாராட்டிச் சிறப்புச் செய்தோம். அதே நாளில் மாலையில் அவரது இல்லத்திற்கு வந்து அவருடன் நீண்ட நேரம் உரையாடிக் கொண்டிருந்தோம். என்னுடன் திருநெல்வேலி இந்துக் கல்லூரியின் முன்னாள் தமிழ்த்துறைத் தலைவர் பேராசிரியர் கட்டளை கைலாசம் அவர்களும் உடன் வந்திருந்தார். தொ.பவின் ஆய்வுகள் மற்றும் அவரது நூல்கள் பற்றி எங்களது கலந்துரையாடல் இருந்தது.

ஆதிச்சநல்லூர் அகழாய்வு பற்றி தீவிர ஆர்வத்துடன் பேசிக் கொண்டிருந்தார். `இதுவரை ஆய்வு செய்த இடங்கள் எல்லாம் இறந்தவர்கள் புதைக்கப்பட்ட இடங்கள்தான். சிவகளைதான் மக்கள் வாழ்விடப் பகுதி. அங்குதான் அகழாய்வு செய்ய வேண்டும்` என்று கூறினார். `மக்கள் வாழ்விடப் பகுதிகளில் அகழாய்வு செய்தால்தான் நகர நாகரிகம் பற்றியும், தொழிற்கூடங்களையும், வணிகம் தொடர்பான அகழ்வாய்வுச் சான்றுகளையும் கண்டெடுக்க வாய்ப்பு கிடைக்கும்` என்று உறுதியாகக் கூறினார். தான் எத்தனையோ முறை வலியுறுத்தியும் அப்பகுதிகளில் அகழாய்வுப் பணிகள் இதுவரை தொடங்கப் படாமலேயே இருக்கின்றதே, என்று தனது ஆழ்ந்த மன வருத்தத்தையும் வெளிப்படுத்தினார். இது தொல்லியல் அகழாய்வுப் பணிகளில் அவருக்கிருந்த தீவிர ஆர்வத்தை எங்களுக்கு உணர்த்தியது. 2020ம் ஆண்டில் சிவகளையில் தமிழகத் தொல்லியல் துறை அகழாய்வுப் பணிகளைத் தொடங்கியது. தொ.ப அவர்கள் குறிப்பிட்டது போலவே தமிழின் தொன்மையை நிலைநாட்டும் மக்களின் வாழ்விடப் பகுதிகளை இந்த அகழாய்வுப் பணி அடையாளப் படுத்தியது என்பது குறிப்பிடத்தக்கது.

நூல்களிலேயே அதிக கவனம் செலுத்திக் கொண்டிருக்கும் அவருக்கு அரிய பழம் பொருட்களைச் சேகரித்து ஆய்வு செய்வதில் ஆர்வம் அதிகம் என்பதை எங்கள் கலந்துரையாடலின் போது அறிந்து கொண்டேன். அடுத்தமுறை பாளையங்கோட்டை வரும்போது முன்னராகவே தெரிவித்துவிட்டு வரும்படியும், அப்படி வரும்போது என்னைச் சில முக்கிய பகுதிகளுக்கு அழைத்துச் சென்று காட்டுவதாகவும் கூறினார். ஆனால் தொடர்ந்த ஆண்டுகளில் பாளையங்கோட்டை செல்ல எனக்கு வாய்ப்பு அமையவில்லை.

2018 ஆம் ஆண்டு அக்டோபர் மாதம் பாளையங்கோட்டையில் சதக்கத்துல்லா அப்பா கல்லூரியில் `ஆதிச்சநல்லூர் ஆய்வுகள்` பற்றிய ஒரு கருத்தரங்கம் ஒன்றினைத் தமிழ் மரபு அறக்கட்டளை ஏற்பாடு செய்திருந்தோம். அந்த நிகழ்ச்சிக்காக நான் சென்றிருந்தபோது தூத்துக்குடி விமான நிலையத்தில் நான் வந்திறங்கிய உடனே நேராகப் பாளையங்கோட்டையில் தொ.ப அவர்களது வீட்டிற்குச் சென்று அவரைச் சந்தித்தேன். என்னுடன் பேராசிரியர் முனைவர். சௌந்தர மகாதேவனும் உடன் வந்திருந்தார். நான்கு வருட இடைவெளியில் அவர் உடல் மிகவும் பாதிக்கப்பட்டிருந்ததை காண முடிந்தது. எனது வருகையால் அவருக்கு மேலும் சோர்வு ஏற்படுமோ என்ற கவலை என் மனதில் எழாமல் இல்லை. ஆனால் நான் நினைத்ததற்கு மாறாக என்னைப் பார்த்தவுடன் மிகுந்த

உற்சாகத்துடன் பேசத் தொடங்கிவிட்டார். எங்கள் உரையாடல் பெரும்பாலும் பாளையங்கோட்டை வரலாறு தொடர்பாகவே இருந்தது.

`பாளையங்கோட்டை வரலாற்றினை ஆவணப்படுத்த வேண்டும், நகரங்களின் வரலாறுகள் படிப்படியாகக் கால ஓட்டத்தில் மறைந்து போகின்றன`, என்ற என் ஆதங்கத்தை வெளிப்படுத்தினேன். பாளையங்கோட்டை நகரைப் பற்றித் தான் ஒரு நூல் எழுதி இருப்பதாகக் கூறி தனது துணைவியாரை அழைத்து அந்த நூலைக் கொண்டு வந்து எனக்குக் கொடுக்கும்படி கேட்டுக் கொண்டார். `பாளையங்கோட்டை ஒரு மூதூரின் வரலாறு` என்ற தலைப்புக் கொண்டது அந்த நூல். காலச்சுவடு பதிப்பகத்தின் வெளியீடாக வந்துள்ளது. `இந்த நூல் சிறிய நூல் தான். ஓரளவு மட்டுமே தகவல்களைச் சேர்த்திருக்கிறோம். ஆனால் பாளையங்கோட்டையின் வரலாறு இதுமட்டுமல்ல. இன்னும் பதியப்படாத விஷயங்கள் ஏராளம் இருக்கின்றன. அவற்றையெல்லாம் பதிந்து வைக்க வேண்டும், ஆவணப்படுத்தப்பட வேண்டும். இல்லையென்றால் காலப்போக்கில் அது மறைந்து போய்விடும்` என்று விடாமல் பேசிக் கொண்டிருந்தார்.

`ஐரோப்பியர்களது தமிழ் பங்களிப்புகள் பற்றி நீங்கள் எழுதுகின் றீர்கள் அல்லவா? பாதிரியார் ரைனுஸ் (ஜெர்மானியர்) பற்றியும் அவரது சமூகத் தொண்டுகள் பற்றியும் நீங்கள் எழுத வேண்டும்` என்று குறிப்பிட்டார். `கட்டாயம் முயற்சிக்கிறேன்` என்று அவருக்குச் சொல்லி வைத்தேன். அந்தப் பணியைச் செய்து முடிக்க வேண்டும் என்ற எண்ணம் இப்பொழுது மனதில் எழுகின்றது.

தனது உடல்நிலையைப் பற்றி சிறிதும் கவலைப்படாமல் ஒன்றரை மணி நேரத்திற்கு மேல் அவர் எங்களுடன் அன்று உரையாடிக் கொண்டே இருந்தார். ஆய்வாளர்களைப் பார்த்தால் அவருக்கு உணவு, நீர், உறக்கம், உடல் வலி எல்லாம் மறந்து போய்விடும் என்பதை நான் நேரில் அனுபவப்பூர்வமாக உணர்ந்து கொண்டேன். அவரோடு உரையாடிய ஒவ்வொரு விஷயமும் ஒரு ஆய்வுக்கருப்பொருளாகத் தான் இருந்தது. மானுடவியல் ஆய்வுப்பார்வையாகவே அவரது ஒவ்வொரு கருத்துக்களும் அமைந்திருந்தன. அவரது ஒவ்வொரு சிறு கலந்துரையாடல்களையும் பதிந்து வைத்தாலே அவை ஒவ்வொன்றும் விரிவான ஆய்வுகளுக்கு வலுவான அடிப்படையைக் கொடுக்கும் கருப்பொருளாக அமையும் என்பதை இரண்டு முறை எனது நேரடிச் சந்திப்பின் போதும் நான் உணர்ந்தேன்.

2015ம் ஆண்டு பதியப்பட்ட தொ.ப அவர்களுடனான பேட்டி மற்றும் அவர் தொடர்பான அறிஞர்களின் ஆய்வுக் கட்டுரைகளைத் தாங்கி தமிழ் மரபு அறக்கட்டளை பதிப்பகத்தின் வெளியீடாக வருகிறது இந்த நூல். விழியப் பதிவாக யூடியூப் பக்கத்தில் வெளியிடப்பட்டுள்ள `தொ.ப : பண்பாட்டு ஆய்வுகள்` என்ற தலைப்பிலான விழியப் பதிவைத் (*https://youtu.be/j5ttfBFX_xA*) தட்டச்சு செய்து வழங்கிய கோவை சு. ஹேமா லக்ஷ்மி அவர்களுக்கு நன்றி. இவ்விழியப் பதிவை புதிய கோடாங்கி ஜனவரி 2021 இதழில் வெளியிடுவதற்காக ஏற்பாடு செய்து அதற்குத் தனது அறிமுகவுரையை வழங்கிய புதுவை முனைவர். சிவ இளங்கோ அவர்களுக்கு நன்றி. அந்த அறிமுகவுரையும் இந்த நூலில் இடம்பெறுகிறது. கூடுதலாக, மின்னம்பலம் மொபைல் பத்திரிகையில் வெளியான சிறிய நேர்காணலும் இந்த நூலில் இடம் பெறுகிறது. இந்த நேர்காணலை இந்நூலில் இணைத்து வெளியிட அனுமதி அளித்த மின்னம்பலம் ஆசிரியர் திரு.அ.காமராஜ் அவர்களுக்கு நன்றி. இவை தவிற இந்த நூலுக்காக கட்டுரைகள் வழங்கிய பேராசிரியர்.ஆ.சிவசுப்பிரமணியன் அவர்களுக்கும், முனைவர். கட்டளை கைலாசம், திரு.நாறும்பூநாதன் ஆகியோருக்கும் நன்றி. நூலில் தட்டச்சுப் பிழைகளைச் சரி செய்ய உதவிய முனைவர் தேமொழி (கலிபோர்னியா) அவர்களுக்கும், இந்நூல் வெளிவர பெரிதும் உதவிய முனைவர். அரசு செல்லையா (வட அமெரிக்கா)அவர்களுக்கும் தமிழ் மரபு அறக்கட்டளையின் நெஞ்சார்ந்த நன்றி.

வாசிக்கப்பட வேண்டியது மக்களின் வாழ்க்கை தான்; நம் சிந்தனைப் போக்கு கட்டமைக்கப்பட்ட விதம், நாம் சார்ந்திருக்கும் குடும்ப அமைப்பு, நம்மைச் சூழ்ந்திருக்கும் பழக்கவழக்கங்களின் பின்னணி, அதனைக் கட்டமைக்கும் சமூகம் என்ற ஒரு எல்லை வட்டம், அதனைச் சூழ்ந்திருக்கும் சமயங்கள் போன்றவற்றை வாசிப்பதும், ஆராய்வதும் வரலாற்றைப் புரிந்துகொள்ள நமக்கு உதவும் என நம் முன்னே தானே உதாரணமாக வாழ்ந்தவர் பேராசிரியர். முனைவர்.தொ.பரமசிவன் அவர்கள். அவர் மறைந்தாலும் அவரது நூல்கள் ஆய்வு மாணவர்களுக்கும் வரலாற்று ஆர்வலர்களுக்கும் ஆய்வுப் புலத்தில் மங்காத வெளிச்சம் பாய்ச்சிக் கொண்டிருக்கும்!

முனைவர்.க.சுபாஷிணி

தலைவர், மற்றும் பதிப்பகக் குழுத் தலைவர்,

தமிழ் மரபு அறக்கட்டளை பன்னாட்டு அமைப்பு

லியோன்பெர்க், ஜெர்மனி.

12.1.2021

பேரா.தொ.பரமசிவன்
பண்பாட்டு அசைவுகளின் அடையாளம்

2020ஆம் ஆண்டு நமக்குப் பல இழப்புகளை ஏற்படுத்தி விட்டுப் போயிருக்கிறது. அண்மையில் நிகழ்ந்த பேரிழப்பு பேராசிரியர் தொ. பரமசிவன் அவர்களின் மறைவு. மனோன்மணியம் சுந்தரனார் பல்கலைக்கழகத்தில் பேராசிரியர் மற்றும் தமிழியல் துறைத் தலைவராகப் பணியாற்றிய தொ.பரமசிவம் தமிழ் ஆய்வுலகிற்கு மிகப்பெரிய பங்களிப்புச் செய்தவர். ஒரு சமுதாயத்தின் அடிப்படைக் கூறுகள் என்னவென்று நுணுகி ஆராய்ந்து அதில் எவையெல்லாம் பண்பாட்டுக் காரணிகளாக நிலை பெறுகின்றன என்று வெளிக் கொணரும் வகையில் ஆழமான ஆய்வுகளைச் செய்தவர். மனித இனம் தோன்றி, இனக் குழுக்களாக வளர்ந்து, ஒரு சமூகமாக மாறி, நாகரிகம் அடைந்து, இன்றைக்கு அறிவியலில் முன்னேறி இருக்கும் காலம் வரையிலும் மனித இனம், மரபு வழிக் கடத்தி வந்த செய்திகளை வெளிக்கொணரும் வகையில் மானுடவியல், சமூகவியல், தொல்லியல் ஆய்வுகள் வழி ஆவணப்படுத்தியவர். இந்தியச் சமூகங்கள், குறிப்பாகத் தென்னிந்தியச் சமூகங்கள், தமிழ்ச் சமூகம் இவையெல்லாம் சமூகமாக இல்லாமல் சாதிய அடுக்குகளாக வேறுபட்டும், ஒன்றிணைந்தும் வாழ்ந்து வருவதைத் தன் ஆய்வின்வழிக் கண்டவர். அதனால் சமூகவியல் ஆய்வுகளில் சாதிகளைப் பற்றிய ஆய்வு மிகவும் அவசியம் என்று வலியுறுத்தியவர் பரமசிவன். இதைச் சாதிக்கு ஆதரவான நிலைப்பாடாகக் கருதாமல், சாதிகளின் தோற்றம், வளர்ச்சி அடிப்படையில் சாதியத்தைப் புரிந்து கொள்வது இந்திய சமூகங்களை முழுமையாகப் புரிந்துகொள்ள வழிவகுக்கும் என்றும், இவ்வாய்வின் வழியில்தான் தமிழ்ப் பண்பாட்டின் கட்டமைப்பைப் புரிந்து கொள்ள முடியும் என்றும் ஆணித்தரமாக அறைந்தவர் தொ. பரமசிவன்.

இந்தியச் சமூகத்தில் சமயங்களும், அவற்றின் மெய்யியல்

கோட்பாடுகளும் அதிகமாகவே இருக்கின்றன. தொடக்கக் காலத்தில் சமணம், பௌத்தம், ஆசீவகம், சாங்கியம், சார்வாகம் என்று தொடங்கிப் பின்னர் வெளியிலிருந்து உள்நுழைந்த வைதீகம், கிறித்துவம், இஸ்லாம் போன்ற மதங்களும் இந்தியச் சமூகத்தில் தாக்கத்தை ஏற்படுத்தி இருக்கின்றன. இந்த நிலையில் வழிபாடு என்பது தற்போது பெரும் சமயங்கள் குறிப்பிடுகின்ற கடவுள்களை அடிப்படையாகக் கொண்டவை. அவை நிறுவனங்கள் ஆகும் பொழுது அவற்றிற்கான அடையாளங்களாக கோவில்களும், வழி பாட்டு முறைகளும் உருவாக்கப்பட்டன. ஆனால் இனக்குழு காலத்திலிருந்தே மக்களிடம் ஆழமாகப் பதிந்துள்ள நம்பிக்கையில் முன்னோர் வழிபாடு மிகவும் முக்கியத்துவம் பெற்றுள்ளது. அதன் வெளிப்பாடாகவே நமக்கு முதுமக்கள் தாழிகளும், நடுகற்களும், அதை விளக்கும் கல்வெட்டுகளும், செப்பேடுகளும் நிறையவே கிடைத்து வருகின்றன. அவற்றின் அடிப்படையில் சமூகத்தையும், அதன் தோற்றம், வளர்ச்சியையும் புரிந்து கொள்வது என்பது மிகச் சிக்கலான ஆய்வு. இதில் தொ.பரமசிவன் தன்னுடைய ஆய்வின் வழிப் பல தீர்வுகளை எட்டியிருக்கிறார். திருமணம் அல்லது அதைத் தொடர்ந்து வருகின்ற பல நிகழ்ச்சிகள், இறப்பு, அதைச் சார்ந்த சடங்குகள் இவை ஒவ்வொன்றிலும் அந்தச் சமூகத்தின் அடையாளங்கள் இருப்பதை அவர் கண்டெடுத்துக் கூறினார். சடங்குகளில் வெளிப்படுகின்ற சில சைகைகள், சொற்கள், அவற்றுக்கான பொருள்கள் இவை அனைத்துமே தமிழ்ச் சமூகத்தின் பண்பாட்டினை வெளிப்படுத்துகின்ற இன்றியமையாதத் தரவுகளாக விளங்குவதை அவர் நமக்கு விளக்கினார். இடங்களின் பெயர்களும், மக்களின் பெயர்களும், அவர்கள் மொழிகின்ற சொற்களும், அதை உச்சரிக்கும் விதமும், பயன்படுத்துகின்ற சிறிய, பெரிய பொருட்களும், கால நிலைகள் மற்றும் பருவங்கள் ஆகியவற்றைப் பொருத்து ஏற்படுகின்ற வழக்காறுகள், அதனுடைய மாற்றங்கள் இவை அனைத்தையும் மானுடவியல் கூறுகளாக அவர் ஆவணப்படுத்தி இருக்கிறார். உலகமயமாக்கம் காரணமாக விளைநிலங்கள் பாழாக்கப்படுவதை நெஞ்சு பொறாது புலம்பிய இயற்கைப் பற்றாளர் நம்மாழ்வார் போல, விரைவான சமூக மாற்றத்தால் பண்பாட்டுக்கூறுகள் பெருமளவில் சிதைந்து வருவது பற்றித் தொ. பரமசிவன் நிறையவே புலம்பியிருக்கிறார்.

மானுடவியல் மற்றும் பண்பாட்டுக் கூறுகளில் அமைந்த அவருடைய ஆய்வுகள் வழிப் பல சுவையானதும், அதிர்ச்சி தரக்கூடிய செய்திகளும் வெளிப்பட்டுள்ளன. அவற்றுள் தமிழ் ஆய்வுலகிற்கு

மிக முக்கியமான பங்களிப்பாகச் சிலவற்றைக் கூறலாம்.

w 'தமிழர்களுக்கு வரலாற்று உணர்வு இல்லை' என்கிற மேற்கத்தியச் சிந்தனைகளில் உண்மை இல்லை. அவை சமூக, பண்பாட்டு அசைவுகளின் மடிப்புகளில் படிந்துள்ளன. அவற்றை மீட்டுருவாக்கம் செய்வதே நமது கடமை.

w சமூகம் என்ற ஒன்று இல்லை; மேலிருந்து கீழ்நோக்கிய சாதிகளின் அடுக்குகள்தான் இருக்கின்றன.

w அனைத்துவித சடங்குகளைப் பற்றிய ஆய்வுகளும் மிக முக்கியமானவை. சாதிகள் குறித்தும், அவற்றின் கலப்பு, ஒத்திசைவு குறித்தும் பல உண்மைகளை அவற்றின் வழி தான் அறிய முடியும். சாதிப் படிநிலை யில் அடித்தட்டு மக்களின் மரபுகளே தமிழ்ப் பண்பாட்டின் அடையாளங்களாக விளங்குகின்றன.

w எல்லா நாடுகளின் முதல் பூசாரி என்பவர்கள் பெண்களே. ஒவ்வொரு இல்லத்தில் இருந்தும் அது தொடங்குகிறது. முதல் தெய்வமும் பெண்களே. மூத்த தாய் வழிபாடு அனைத்துச் சமுதாயத்திலும் உண்டு.

w தமிழ்நாட்டைப் பொருத்தவரை ஆன்மீகம் என்பதே பெண்களின் உணர்வுகள் தான். சிறுதெய்வ, குல தெய்வ வழிபாடுகளில் பெண்களே முன்னிலை பெறுகின்றார்கள்.

w பெண் தெய்வம் இன்றி உலகில் எந்த ஒரு மதமும் நிற்காது; வாழாது.

w வைதிக பிராமணியத்திற்கு எதிரான அமைப்பு முறையே பௌத்தம்.

w சமணமும், பௌத்தமும் புறச் சமயங்கள் அல்ல. அவை இரண்டும் தமிழிலக்கியத்திற்கு ஆற்றிய பணிகளைப் போலவே, தமிழ்ப் பண்பாட்டைச் சமைத்ததிலும் அவற்றின் பங்கு அதிகம்.

w பௌத்தக் கோயில்களே பின்னாட்களில் பெருமாள், சிவன் கோயில்களாக மாற்றப்பட்டன. காஞ்சிபுரம் காமாட்சி, பழனி முருகன் கோவில்களெல்லாம் முன்னர் பௌத்தக் கோயில்களே.

w சிறுதெய்வ (நாட்டார்) வழிபாட்டில் பலியிடுதல் என்பது குடும்பம் மற்றும் சமூகத்துடன் முன்னோர் வழிபாட்டை, மரபு வழியில், எந்தவித இடைத்தரகருமின்றி நேரடியாக அடைவது.

w சாதிக் கட்டுமானமும், கருத்தியலும் ஒடுக்குமுறைக்கும், சுரண்டலுக்கும் அடிப்படை என்றாலும் சாதியை ஒதுக்கிவிட்டு நிகழ்த்தும் தமிழ்ச் சமூகத்தின் மீதான ஆய்வு முழுமை அடையாது.

எளிய மக்களின் ஒவ்வோர் அசைவையும் கூட அவர் உன்னிப்பாகக் கண்டு அதைப் பண்பாட்டு அசைவுகள் என்று கூறினார். அது அவருக்கே பெரிதும் பொருந்துவதாக அமையும். அவருடைய பேச்சு, தோற்றம், அவருடைய உரைகள், அவருடைய உடல்மொழி எல்லாமும் தமிழ்ப் பண்பாட்டின் முக்கியமான, மரபார்ந்த அடையாளமாகவே காண இயலும். பண்பாட்டின் அடையாளம் என்று அவர் எழுதிய நூலின் பொருளாக அவரே விளங்குகிறார்.

தொ.பரமசிவன் அவர்கள் பேசுவதில் பெரு விருப்பம் கொண்ட வராக இருந்திருக்கிறார். மேடைகள், கருத்தரங்குகள் மட்டுமல்ல; தனியாக யாரிடமும் இருந்தும் செய்திகளைப் பெற்று அதிலிருந்துத் தன் ஆய்வையும். முடிவிலா உரையையும் தொடங்குவார். "உரையாடும் போது அவரிடமிருந்து தெறிக்கும் கருத்துக்களும், சான்று மேற்கோள்களும், வாழ்ந்து பெற்ற பட்டறிவும் உடன் உரையாடுபவரை மலைப்பில் ஆழ்த்தக் கூடியவை. நாம் நன்கு அறிந்தது என்று நினைக்கும் விஷயத்தில் புதிய ஒளி பாய்ச்சுவதும், பழகிப் பழகி பொருள் இழந்து விட்டது என்று நாம் உணர்வற்று நோக்கும் ஒரு சொல், தொடர், பழமொழியில் இருந்து ஒரு சமூக புரிதலைச் சற்றும் எதிர்பாராத சமயத்தில் வழங்குவதும் தொ.ப.வின் கருத்துப் புலப்பாட்டு முறை" என்று ஆ. இரா. வேங்கடாசலபதி, தொ.ப.வின் "அறியப்படாத தமிழகம்" நூலின் அணிந்துரையில் கூறியிருப்பது தொ.ப.வுடன் உரையாடலில் ஈடுபாட்டவர்களுக்கு நன்கு விளங்கும். பண்பாட்டு அசைவுகளை நம் மீது வீசி எப்படிக் காற்றின் அசைவுகளை நாம் உணர்ந்து, அனுபவித்து, மகிழ்கிறோமோ அதேபோலப் பண்பாட்டு அசைவுகளை உணரவும், நெகிழவும் வைத்துவிடுவார். அவருடைய ஆய்வு நெறி வழியில் நாம் இன்னும் நெடுந்தூரம் செல்ல வேண்டியதும், அதற்கான தேவையும் நிறையவே இருக்கின்றன.

முனைவர் சிவ.இளங்கோ
புதுச்சேரி.
29.12.2020

தொ.பரமசிவன்
நேர்காணல்

இங்கு சமூகம் என்ற ஒன்றே கிடையாது

பேராசிரியர் தொ.பரமசிவன் அவர்கள் தமிழகத்தின் திருநெல்வேலி மாவட்டத்தில் உள்ள பாளையங்கோட்டையில் வசித்தவர். தமிழ் ஆய்வுலகம் நன்கறிந்த பண்பாட்டு மானுடவியல் ஆய்வாளர் இவர். மனோன்மணியம் சுந்தரனார் பல்கலைக்கழகத்தின் தமிழியல் துறைத் தலைவராக இருந்து ஓய்வு பெற்றவர். இவரது ஆய்வுப் படைப்புகளாக அறியப்படாத தமிழகம், பண்பாட்டு அசைவுகள், தெய்வங்களும் சமூக மரபுகளும், அழகர் கோயில், தெய்வம் என்பதோர், வழித்தடங்கள், பரண், சமயம், சமயங்களின் அரசியல், செவ்வி, வீடு - பூக்கள், உரைகல், இந்து தேசியம், நாள் மலர்கள் என்பனவற்றோடு மேலும் மூன்று நூல்களும் வெளிவந்துள்ளன. தமிழ்ச்சமூகம் தொடர்பான பன்முகத்தன்மை கொண்ட ஆய்வுகளைத் தொடர்ந்து நிகழ்த்தியவர். இவர் தொல்லியல், மானுடவியல், சமூகவியல், இலக்கியம் ஆகிய பல்துறை அறிஞர் என்ற பெருமைக்கும் உரியவர். இந்த நூற்றாண்டின் தமிழ் ஆய்வுலகிற்குக் கிடைத்த சிறந்த அறிஞர் இவர் என்பது மிகையல்ல. தமிழ் மரபு அறக்கட்டளை பன்னாட்டு அமைப்பு பேராசிரியர் முனைவர். தொ. பரமசிவன் அவர்களுக்கு 2015 ஆம் ஆண்டின் "சிறந்த தமிழ் மானுடவியல் ஆய்வாளர்" என்ற விருதை அளித்து சிறப்புச் செய்தது. தமிழ் மரபு அறக்கட்டளைக்காக அவர் 2015 ஆம் ஆண்டு, டிசம்பர் மாதம் 12ம் தேதி அளித்த நேர்காணலின் ஆவணப் பதிவை இனிக் காண்போம்.

சுபாஷிணி கணகசுந்தரம்: வணக்கம் ஐயா! பண்பாட்டுவியல், மானுடவியல், கல்வெட்டு, தமிழாய்வு, சமூகவியல் என்று பல்துறை ஆய்வுகளில் நீங்கள் சிறந்து விளங்குகிறீர்கள். உங்களுடைய நூல்களில் மிகவும் ஆய்வுக்குரிய மற்றும் ஆக்கபூர்வமான கருத்துக்களை வழங்கி இருக்கிறீர்கள். கால்டுவெல் செய்த ஆராய்ச்சி குறித்து நீங்கள் கூறும் பொழுது "தமிழர்களுக்கு

வரலாற்று உணர்வு இல்லை" என்ற அவர் கூற்றுக்கு மறுப்புக் கூற வேண்டிய கால கட்டத்தில் நாம் இருக்கின்றோம் என்று கூறியுள்ளீர்கள், அதைப் பற்றிய தங்கள் கருத்திலிருந்து இந்த நேர்காணலைத் தொடங்குவோம்!

தொ.பரமசிவன்: நம்முடைய கருத்துக்கு இணக்கமானவர் என்பதனால் அவருடைய பெயரைச் சொன்னேன். கால்டுவெல் மட்டுமல்ல, கீழ்த்திசை நாடுகளின் மொழிகளைக் கற்றவர்கள் *(Orientalist)* அனைவருமே இந்த தவறைச் செய்துள்ளனர். அதில் *Native Individual* இல்லாமல் போனதுதான் காரணமாகும். கவிஞராக விளங்கிய வீரமாமுனிவர் போன்றோர் மற்றும் பிற்காலத்தில் தோன்றிய உரையாசிரியர்களுக்கும் இதில் பங்கு உண்டு. எனவே, *Orientalist* - களால் எழுதப்பட்ட இந்திய வரலாறை, அதிலும் தமிழ்ச் சமூக வரலாறைத் திருத்தி எழுத வேண்டும் என்பது நம் முன்னால் இருக்கின்ற கடமை.

சுபா : ஐயா ! நீங்கள் கூறியதுபோல் வரலாற்றுத் தகவல்கள் அனைத்துமே மீட்டுருவாக்கம் செய்யப்பட வேண்டும் என்பதில் தெளிவு பிறக்கிறது. மேலும், அறியப்படாத தமிழகம் என்ற கருத்தைப் பதிவு செய்கிறீர்கள். குறிப்பாக அறியப்படாத தமிழகம் என்பது எதனை உணர்த்திக் குறிப்பிடுகிறீர்கள்?

தொ.பரமசிவன் : அறியப்படாதது என்பது நம் தமிழ்ச் சமூகம் எழுத்துலகத்தைப் பற்றி அறியப்படாததையே குறிப்பிடுகின்றேன். நிறையச் செய்திகளையும், வரலாற்று நிகழ்வுகளையும் இவர்கள் கவனத்திலேயே எடுத்துக் கொள்வதில்லை. களப்பிரர் கால வரலாறும் தெளிவாக இல்லை. ~~நெடுங்காலம்~~ வரைக்கும் பல்லவன் என்ற அரசகுலம் இருந்ததை வரலாற்று ஆசிரியர்கள் பதிவு செய்யவில்லை. நாம் 2500 ஆண்டுக் காலத்திற்கு மேலான வரலாறைக் கொண்ட சமூகம். அதில் மிகக் கணிசமான அளவு விடுபட்டுக் காணப்படுகிறது. மேலும் ஆதிச்சநல்லூரில் நமக்கு ஏற்பட்ட மிகப் பெரிய தோல்வி என்னவெனில், அங்கிருந்து நமக்கு எழுத்துகளும், வெள்ளி என்ற உலோகமும் இது வரை கிடைக்கப் பெறவில்லை. இது பற்றி மேலும் ஆய்வு செய்யப்பட வேண்டும்.

சுபா : இடையூறுக்கு மன்னிக்கவும். கிடைத்திருக்கலாம் என்று நினைக்கிறீரகளா? இல்லை இன்னும் பல இடங்களில் கிடைக்கலாம் என நினைக்கிறீர்களா?

தொ.ப. : அப்படியில்லை. 150 ஏக்கர் நிலத்தைக் கையகப்படுத்திக்

கொண்டு வெறும் **35** செண்டில் மட்டுமே **2005**இல் ஆய்வு நடத்தப் பட்டுள்ளது. அதில் வெறும் **165** தாழிகள் மட்டுமே கிடைத்துள்ளன. வடக்குப் பகுதியில் இன்னும் தோண்டப்படாத இடங்களைத் தோண்டினால் இனும் புதிய புதிய செய்திகள் கிடைக்கும். ஏனென்றால் ஜாகோர் **(1876 - ஜெர்மன்)** அவர்கள் அகழ்வாராய்ச்சி செய்தபோது கிடைத்த உலோகக் கருவிகள் போன்று வேறு யாருக்கும் கிடைக்கவில்லை. ஆதிச்சநல்லூரில் நம்மை வியக்க வைக்கிற விசயம் அவர்களின் உலோகவியல் சார்ந்த அறிவே ஆகும். அங்கு வெண்கலம், தங்கம் ஆகியன கிடைதுள்ளன. ஆனால், தொடர்ந்து பல விசயங்கள் கிடைக்கவில்லை. ஆதிச்சநல்லூரின் இரண்டாவது கட்ட ஆய்வில் *Mediterranean Sea Civilisation* என்று சொல்லப்படுகிற மத்தியதரைக்கடல் நாகரிகத்தோடு சார்ந்த சரிந்த நிலையில் உள்ள பானைகள் இங்குக் கிடைத்தன. ஆனால், இதுவரையில் அறிக்கை கொடுக்கவில்லை. அறிக்கை கொடுத்தாலும் தாய்மொழியில் கொடுக்கமாட்டார்கள் என்பது மேலும் வருத்ததிற்கு உரிய ஒன்றாகும்.

சுபா : ஆமாம், சரிதான். முதலில் சொல்லும்போது முதுமக்கள் தாழிகள் குறித்துக் கூறினீர்கள். அதைக் குறித்த உங்களின் பார்வை என்ன ஐயா?

தொ.ப. : முதுமக்கள் தாழி பற்றித் தொல்லியல் ஆய்வாளர்கள் மேலோட்டமாகச் சொல்லிவிட்டுப் போய்விடுகின்றனர். முதுமக்கள் தாழிகளில் முதல்வகை முதுமக்கள் தாழியா *(First burial)* அல்லது *(Second burial)* இரண்டாம் வகை முதுமக்கள் தழியா எனச் சரியாக யாரலும் குறிப்பிட்டுக் கூற இயலவில்லை. உதாரணமாக, மதுரையில் கோவலன் பொட்டலில் கண்டெடுக்கப் பட்ட முதுமக்கள் தாழியில் கிடைத்த எலும்புக்கூட்டில் ஒரு கையின்றிக் காணப்பட்டது. அப்பகுதியில் தேடியும் கிடைக்கவில்லை. அப்பொழுது தொல்லியல் ஆய்வாளராக இருந்த திரு. நாகசாமி அவர்கள் மருத்துவக் கல்லூரிப் பேராசிரியர்களோடு சென்று பார்த்த போதுதான் தெரிந்தது அந்த மனிதனின் கை அவன் இறக்கும் முன்பே வெட்டப் பட்டிருந்தது என்று. அவன் இறக்கும் போது ஒரு கையின்றியே புதைக்கப்பட்டான் என்பதை அறிய முடிந்தது. இதிலிருந்து நமக்கு கிடைக்கும் செய்தி என்னவெனில், உடம்பை உள்ளே வைக்க முடியாத அளவிற்கு (*second burial*) தாழிகள் அமைக்கப் பட்டிருக்கும். அதாவது, எலும்புக்கூடு வைக்கும் அளவிற்கே இருக்கும். மதுரையில் கண்டெடுக்கப்பட்ட தாழியும்

அவ்வகையைச் சார்ந்ததாக இருக்கலாம் என்ற விடயத்திற்கு இது நம்மை அழைத்துச் செல்லுகிறது. ஆகையால் இறந்த மனித உடல் புதைக்கப்படும் தாழிகளுக்கும், எலும்புக்கூடுகள் புதைக்கப்படும் தாழிகளுக்கும் இடைப்பட்ட நாகரிக நகர்வுகளை ஆராய வேண்டிய கட்டாயத்தில் நாமிருக்கிறோம்.

சுபா : பண்டைய ஈமக்கிரியைச் சடங்குகள் உலகளாவிய அளவில் நடைபெறுகிற மானுடவியல் சடங்குகளில் ஒன்று அல்லவா? முதுமக்கள் தாழிகள் தவிர வேறு எந்தெந்தச் சடங்குகள் ஈமக்கிரியை தொடர்பான சடங்குகள் என உங்கள் ஆய்வில் தெரியவருகிறது ஐயா?

தொ.ப. : ஈமக்கிரியைச் சடங்குகள் அனைத்திலும் சாதிகளை அடையாளப்படுத்தும் சடங்குகளே மிக முக்கியப் பங்கு வகிக்கின்றன. ஒரு சாதிக்கும் இன்னொரு சாதிக்கும் சடங்குகளில் வித்தியாசம் இல்லாதது போன்றிருக்கும். ஆனால், நுட்பமாகப் பார்த்தால் சில வேறுபாடுகள் காணப்படும். நம்முடைய ஈமக்கிரியைச் சடங்குகள் திராவிடப் பண்பாட்டு அடிப்படையில் அமைந்தவை. ஏனெனில், இறந்தவர் அழிந்து போகவில்லை. அவர் இன்னொரு உலகம் போகிறார். எனவே இறப்புச் சடங்குகள் வழியனுப்பும் சடங்குகளாகவே பின்பற்றப்பட்டு வந்துள்ளன. இறந்தவரைக் குளிப்பாட்டி, புத்தாடை உடுத்தி, வாயிலே அரிசி போட்டு, நெற்றியிலே கைச்செலவுக்கு காசு வைத்து, இன்னொரு உலகம் போகிறார் எனக் கருதி வழியனுப்பும் சடங்குகளாகவே நடைபெற்றுள்ளன. இறந்தவர் திரும்ப வருவார் என்ற நம்பிக்கை மக்களிடையே இருந்து வந்துள்ளது. அதைவிட நுட்பமான ஒன்று என்னவென்றால் தமிழில் பேரன், பேத்தி என்ற சொல்லாடல் உண்டல்லவா? இதற்கு என்ன அடிப்படை என்றால் பெயரன் என்பதுதான் பேரன் ஆயிற்று. பெயரன் என்பது *one who comes again*. மீண்டும் வருபவன். அதாவது பெயர்த்து வருபவன். மொழி பெயர்ப்பு என்பது போல, மீண்டும் வருபவன் என்பதே பெயரன். தன் அப்பா பெயரனாகவும், தன் அம்மா பெயர்த்தியாகவும் வருபவள் என்ற நம்பிக்கையிலேயே தன் அப்பாவின் பெயரைத் தன் மகனுக்கும், தன் அம்மாவின் பெயரைத் தன் மகளுக்கும் வைக்கும் பழக்கம் மக்களிடையே இருந்து வந்துள்ளது. அது வாழ்க்கையைப் பற்றிய *optimistic* நம்பிக்கை. இந்நம்பிக்கையின் அடைப்படையிலேதான் இறப்புச் சடங்குகள் நடைபெற்று வந்துள்ளன.

சுபா : தமிழகத்தில் சமூக மற்றும் மானிடவியல் குறித்து

செய்யப்படாமல் இருக்கக்கூடிய ஆய்வுகள் என்னென்ன இருக்கின்றன எனக் கருதுகின்றீர்கள்?

தொ.ப. : குறிப்பாக ஒவ்வொரு சாதியையும் அடையாளப் படுத்துகிற விசயமே இந்த இறப்புச் சடங்குகள்தான். அதாவது, *ritual status* வழி அந்தந்தச் சாதிகளின் கட்டமைப்பின் உள்ளடக்கத்தை அறிய முடிகிறது. எனவே சாதியியல் ஆய்வுகள் குறித்து முதலில் ஆராயப்பட வேண்டும். இதனூடாகத்தான் தமிழகத்தின் சமூக வரலாறு பொதிந்து கிடக்கிறது என நம்புகிறேன். உதாரணமாக ஜமீன்தார் வீடுகளில் ஒருவர் இறந்துவிட்டால் அவரை அவருடைய வாரிசுகள் நேரடியாக வந்து பார்த்து, அவருக்கு இறப்புச் சடங்குகள் செய்யமாட்டார்கள். அந்த வாரிசை அடுத்த அறையில் இருக்க வைத்து அவர் அடுத்த ஜமீன்தாராகப் பட்டம் கொடுத்த பிறகே இறந்தவருக்கான சடங்குகளைச் செய்ய அழைத்து வருவார்கள். இராமாயணத்தில் தசரதன் இறந்த பொழுது அவரது மைந்தன் பரதன் அரசர் பொறுப்பில் இல்லாததால், சூரியன் வந்து பொறுப்பு ஏற்கிறார், அவர்கள் ரகுவம்சம் என்பதால். அதைப் போலவே, இன்றும் சில சடங்குகள் நடைபெறுகின்றன. இதுபோன்று, ஒவ்வொரு சாதிகளுக்குள்ளும் பல சடங்கு முறைகள் காணப்படுவதால் சாதியியல் ஆய்வுகள் மேற்கொள்ளப்பட வேண்டும் எனக் கருதுகிறேன்.

சுபா : பண்டைய உணவு முறைகள் குறித்துத் தங்களின் ஆய்வு முறையைக் கூறுங்கள்.

தொ.ப. : "தமிழர் உணவு" என்றே ஒரு கட்டுரை எழுதியிருக்கிறேன். உணவில் இயல்பான உணவு, திருவிழா உணவு என்று உண்டு. மேலும், காலை உணவு, மதிய உணவு, இரவு உணவு, பயண உணவு, திருவிழா உணவு, ஒருநாள் திருவிழா உணவு (திருவாதிரை திருவிழா), குழந்தை உணவு என உணவுப் பழக்க வழக்கங்கள் வேறுபட்டவை. எனவே இவையெல்லாம் தனித் தனியாக ஆய்வு செய்யப்பட வேண்டியவை.

சுபா : பண்டைய மரபு, நிலப்பரப்புகளுக்கு ஏற்றவாறு மாறுபடுகிறது எனக் கூறுகிறீர்களா?

தொ.ப. : நிலப்பரப்பு என்று பெரிய அளவில் சொல்ல முடியாது. சிறிய அளவில் அந்தந்த வட்டாரத்தின் சூழலியல் மற்றும் உயிர் வகைகள், பயிர் வகைகளுக்கு ஏற்றாற்போல மாறுபடுகிறது. உதாரணமாகத் தினைமாவில் மாவிளக்கு ஏற்றுதல் என்ற சடங்கு நம்மிடையே உண்டு. அச்சடங்கு எங்கு அதிகமாகக் காணப்படும் என்றால் சங்கரன் கோவில் வட்டாரத்தில், சங்கர நாராயணன்

கோவிலில் மாவிளக்கு முக்கிய சடங்காகக் காணப்படும். காரணம் சங்கரன்கோவில் வட்டாரப் பகுதிகளில் தினை அதிக அளவில் பயிரடப் படுவதனாலேயாகும்.

சுபா : பொதுவாகத் தமிழ்ச்சமூகம் என எடுத்துக் கொண்டால் சடங்குகள் நிறைந்த வாழ்க்கை முறையாகவே காணப்படுகிறது. எனவே, சமூகக் குழுக்கள் பற்றியோ, சாதிக் குழுக்கள் பற்றியோ இப்பொழுது எத்தகைய ஆய்வுகள் மேற்கொள்ளப்பட்டு வருகின்றன?

தொ.ப. : அது குறித்து ஆய்வு தொடங்குகிற எண்ணமே தற்பொழுதுதான் வந்திருக்கிறது. அதுவும் பத்து விழுக்காடு கூட இல்லை. தமிழகத்தைப் பொருத்தவரைக் கலப்புச் சாதிகள் அதிகம் இருப்பதால் சடங்குகளின் முறையில் வித்தியாசம் ஏற்படுகின்றது. இதற்குக் காரணம் ஒரு சாதியில் பெண் எண்ணிக்கை குறைந்து போய் விட்டது என்றால், பெண் கொடுக்கத் தயாராக இருக்கின்ற இன்னொரு சாதியில் இருந்து திருமணம் நடைபெறும். இதனால் இந்தச் சாதிக்கலப்புகள் உருவாகின. இது இன்றும் நகரத்தார் மரபில் காணமுடிகிறது. நாட்டுக்கோட்டைச் செட்டிமார்கள் சில வீடுகளில் வெள்ளைப் புடவை கட்டுவார்கள். பெரும் செல்வந்தர் வீட்டுப் பெண்கள்கூட, கூடை முடைவதில் அதிக ஆர்வம் காட்டுவார்கள். மேலும், மகிழ்ச்சியான தருணங்களில் தன் கணவரை விளையாட்டாக வையும் (திட்டும்) போது "குறத்தி மகனே" என்ற சொல்லாடலைப் பயன்படுத்துவர். இதைப் பின்னோக்கி ஆராயின் அவர்களின் முன்னோர்கள் குறவ இனத்தில் கலப்புத் திருமணம் செய்திருக்கலாம் என உணர்த்துகிறது. இதுபோல் கோவை வட்டாரப் பகுதி கவுண்டர் இனத்தின் ஒரு பிரிவில் திருமணத்திற்குச் சமையல் செய்வதற்கு ஒட்டன் (கல் தச்சன்) வீட்டிலிருந்து நெருப்பு எடுத்து வரும் பழக்கவழக்கம் இன்றும் உண்டு. தெளிந்து ஆய்ந்தால் ஒட்டன் வீட்டுப்பெண் ஒருகாலத்தில் இவர்கள் வீட்டின் குடும்பப் பெண்ணாக இருந்து சமையலுக்கு அடுப்புப் பற்றவைத்திருக்கிறாள். இவ்வாறு அந்தச் சாதியிலிருந்து, இந்தச் சாதியில் திருமணம் செய்ததன் தொல் எச்சமாக, அடையாளமாக இது போன்ற சடங்குகள் இபொழுதும் நடைபெறுகின்றன.

சுபா : இந்தத் துறையில் உங்களைப் போன்று யாரெல்லாம் ஆராய்ச்சியில் ஈடுபட்டுள்ளனர் எனக் கூற முடியுமா?

தொ.ப. : திரு. வானமாமலை, திரு. சிவசுப்பிரமணியம் போன்றோரின் பணிகள் பாராட்டுக்குரியன. சில ஆய்வுகளைப்

பி.எல். சாமி செய்திருக்கிறார். இதுபோன்று இளைய தலைமுறையினர் அதிகமானோர் வர வேண்டும் என அவா கொள்கிறேன்.

சுபா : *சாதிய, சமூக அமைப்புகளைப் பற்றிய ஆய்வுகள் திறந்த மனதுடன் இருக்க வேண்டும் என நினைக்கிறீர்களா?*

தொ.ப. : இங்குச் சமூகம் என்ற ஒன்றே கிடையாது. தமிழகத்தில் மேலிருந்து கீழ் நோக்கிய சாதிகளின் அடுக்குகள்தான் காணப்படுகின்றது. எனவே சாதிகளின் சடங்குகள் பற்றி மேலும் ஆய்வுகள் வெளிப்படையாக நடைபெற வேண்டும்.

சுபா : *சிறு, பெருதெய்வங்கள் வழிபாட்டு முறைகள் பலவாக இருக்கின்றன. நாட்டார் தெய்வங்கள் பற்றித் தங்களின் கருத்து என்ன?*

தொ.ப. : நாட்டார் தெய்வங்கள் தான் நம் பெண்களினால் தினம் தினம் நினைக்கபடுகின்ற தெய்வங்கள். பார்வதியும், இலட்சுமியும் அல்ல. புராணங்களினாலோ, எழுத்து மரபினாலோ நாட்டார் தெய்வங்கள் பெண்களினால் வணங்கப்படுவதில்லை. வழி வழி வரும் நினைவு மரபுகளில் தங்கித் தங்கி நாட்டார் தெய்வங்கள் வணங்கப்பட்டும், வாழ்ந்தும் வருகின்றன. ஒவ்வொரு குடும்பத்திலும் ஒரு தெய்வம் உண்டு அல்லவா! மிக மூத்த ஒரு பெண் இறந்து போகிறாள் அல்லது ஒரு பெண் சுமங்கலியாக இறந்துபோகிறாள் என வைத்துக் கொண்டால் அவர்களைத் திருநிலைப்படுத்துகிற வழக்கம் இன்றும் உண்டல்லவா? ஆன்மீகம் என்பதே தமிழ்நாட்டைப் பொறுத்தவரை பெண்களின் உணர்வுகள்தான். இன்றைக்கும் பெண்ணுரிமை பேசுகிற பெண்கள் கூட வீட்டிலே குத்து விளக்கு ஏற்றுகிற உரிமையை விட்டுத் தர மறுப்பார்கள். இச்சடங்கை ஆண் எடுத்துகொண்டால் கூட அதைத் தர மறுக்கிறார்கள். இதனால் தங்களின் உரிமை பறிக்கப்படுவதாக நினைக்கிறார்கள். சங்ககாலத்தில் “நெல்லும் மலரும் தூவி” என்பதுபோல் குத்து விளக்கு ஏற்றுதலே தொடக்கநிலை ஆன்மீகம். குகை வாழ்க்கையில் இருந்து வெளியே வந்து குடும்ப அமைப்பு உருவான போது ஆன்மீகம் இவ்வாறுதான் தொடங்கிருக்க வேண்டும். உலகின் எல்லா நாடுகளிலும் முதல் பூசாரி பெண்கள்தானே! இன்றும் வீட்டில் நடைபெறும் நல்ல நாள், விழாக்களின் போது பெண்கள்தான் பூசை வழிபாட்டில் ஈடுபடுவர். சங்ககாலத்திலும் இவ்வாறே இருந்திருக்க வேண்டும். பெருந்தெய்வக் கோயில்களில் கூட இவ்வகையிலான தொல் எச்சங்கள் காணப்படுகின்றன. திருச்சிக்கு அருகில் உள்ள திருவானைக்கா அகிலாண்டேஸ்வரி கோயிலில் அர்ச்சகர் ஒரு நாளைக்கு ஒருமுறை

பெண் போல புடவையை மேல் சுற்றிக் கொண்டு பூசை செய்கிற பழக்க வழக்கம் இன்றும் உண்டு. இது ஒருகாலத்தில் அந்தக் கோயிலில் பெண்கள்தான் பூசை செய்திருக்கிறார்கள் என்பதைக் காட்டுகிறது.

சுபா : ஆனால், படிப்படியாகப் பெண்களை வழிபாட்டு முறையிலிருந்தும், கோயில்களிலிருந்தும் தள்ளிவைக்கின்ற சூழல் ஏற்பட்டு விட்டதே!

தொ.ப. : ஆணாதிக்கமும், வைதீகக் கோட்பாடும், குறிப்பாகத் தீட்டுக் கோட்பாடு என்ற ஒன்றைக் காட்டியே பெண்களை எல்லா வகையிலும் அடிமை செய்தனர்.

சுபா : தொடர்ச்சியாக உங்களுடைய ஆய்வுகளில் பெண் தெய்வம், தாய்த் தெய்வ வழிபாடு குறித்துப் பேசிவருகிறீர்கள். பாபிலோனிய, துருக்கிய, ரோமானிய, கிரேக்க நாகரிகங்களிலும் பெண் வழிபாடு உண்டு. அதன்படி பண்டைய மனித வாழ்வியலில் தாய்த் தெய்வ வழிபாடு ஒன்றுவதற்கான காரணம் என்ன?

தொ.ப. : கடவுள் உயிரைப் படைத்தாரோ, இல்லையோ மனிதன் அதைப் பார்த்ததும் இல்லை. ஆனால் பெண் ஓர் உயிரைப் படைத்ததை நேரடியாகப் பார்த்தால் பெண்ணைத் தெய்வமாக வணங்க முற்பட்டான். *"The great mother concept"* உலகில் எல்லாச் சமூகங்களிலும் காணப்படுகிறது. இதுபோன்ற "மூத்த தாய்" வழிபாடுகள் அரப்பா நாகரீகத்திலும் காணப்பட்டன. எனவே, படைத்தவன் இருக்கிறானோ இல்லையோ, படைத்தவள் இருக்கிறாள் என்ற நேரடி விடயத்திலிருந்து அவளைத் தெய்வமாக வணங்க முற்பட்டான். அப்பா யார் என்பது யூகமான விசயம். அம்மா யார் என்பது உறுதியான விசயம்.

சுபா : பெண்களின் இறப்பு, தற்கொலை, பிரசவ இறப்பு இவை போன்றவற்றால் பெண் வழிபாடு ஏற்படுகிறது. தமிழகத்தின் பெண்தெய்வ வழிபாடுகளை அல்லது தாய்த் தெய்வ வழிபாடு களை எத்தனை வகைகளாகப் பிரிக்கலாம்?

தொ.ப. : அது நூற்றுக்கணக்கான வகையில் இங்குக் காணப் படுகிறது. தெய்வமாக்கப்பட்டது பெண் மட்டுமல்ல; பெண்ணின் பிறப்புறுப்பு கூட தெய்வமாக்கப்பட்டது. யோனி வழிபாடு தமிழ்நாட்டில் இருந்தது; இன்னமும் இருக்கிறது. அனைவர் இல்லத்திலும் தொல் எச்சமாக இன்னும் இருக்கிறது. மகப்பேறு முடிந்து பதினைந்து நாள் கழிந்து ஒரு பூசை நடைபெறும். நிலை

முன்னால் முட்டை வச்சு, கருவாட்டுக் குழம்பு வச்சு, ஒரு குச்சியை வச்சு ஒரு சடங்கு நடக்கும். அதைத் "துடுப்புப்புடி சடங்கு" என்று அழைப்பர். இது அரப்பா காலத்திலேயே இருந்ததற்கான சிற்பங்கள் உள்ளன. இவ்வாறு, யோனி வழிபாடு ஒரு தொல் எச்சமாக இன்றளவும் காணப்படுகிறது. கற்பைக் காப்பாற்றப் போராடி இறந்த பெண், சதியில் இறந்த பெண் போன்ற பெண்கள் தெய்வமாக வணங்கப்பட்டனர். இராசராச சோழன் தாயாரே சதியில் (உடன் கட்டை) இறந்தவர்தான் என்று திருக்கோயிலூர்க் கல்வெட்டு கூறுகிறது. நிலத்தின் தலைமை முதலில் பெண்களுக்குத்தான் வழங்கப்பட்டுள்ளது. `நாடன்` என்ற சொல்லுக்கு எதிர்ப்பதமாக `நாடி` என்ற சொல் இருக்கிறது. ஏனெனில் முதலில் நாம் தாய் வழிச் சமூகமாகவே இருந்திருக்கிறோம். நிலத்தின் மீதும், சொத்தின் மீதும் பெண்களுக்குத்தான் உரிமை இருந்திருக்கின்றது. பட்டுக்கோட்டைக்கு அருகில் நாடியம்மன் கோவிலும், சங்கரன்கோவில் அருகில் கள்ளக நாடு பகுதிகளில் நாடியம்மன் கோவில் வழிபாடு உள்ளதையும் இதற்குச் சான்றாகக் கூறலாம். மேலும், `மூனாங்கொண்டான்` என்று ஓர் அம்மன் உண்டு. மூன்று முகம் கொண்டவள். மூனாங்கொண்டான் அம்மன் வழிபாடு, உலகநாயகியம்மன் வழிபாடு போன்றவை அரசர்க்குப் பள்ளிப்படைக் கோயிலாக இருந்தவை. `எல்லாம் கொண்டவை` தான் உலக நாயகியம்மன் கோயில்கள். பெண்ணே நிலத்தின் உரிமைக்குரியவள் என்பதை அவ்வாறு வழங்கப்படும் பெயர்களிலிருந்து அறியமுடிகிறது.

சுபா : சிறு, குறு தெய்வ வழிபாட்டைப் பேசும் தங்களின் ஆய்வு போலப் பௌத்தம், சமணம் குறித்தும் ஆய்வு செய்துள்ளீர்கள். தமிழகத்தில் பௌத்த சமயம் பற்றித் தங்களுடைய கருத்து யாது?

தொ.ப. : இன்றளவும் பிறந்த குழந்தைகளுக்கு மொட்டை அடிப்பதைக் காண்கிறோம். இது ஒரு *non-brahmin* வழக்காறாக உள்ளது. *Custodian of Indian Culture* என்று சொல்லிக் கொள்ளும் பிராமணர்களின் வழக்காறுகளில் இப்பழக்க வழக்கம் இல்லை. எனவே பௌத்தமே ஒரு *Anti-bramins* அமைப்பு முறை மதம்தான். நிறைய பௌத்தக் கோயில்கள் இப்போது வைதிகக் கோயில்களாக மாற்றப் பட்டு விட்டன.

சுபா : மொட்டை அடித்தல் என்பது பெரும்பாலும் முருகன் கோவில் சடங்குகளுடன் தொடர்புடையதாக இன்று அறியப்படுகிறதே?

தொ.ப. : இவையெல்லாம் பிற்காலத்தில் தோன்றியவையே. பெருமாள் கோவில்களில் மொட்டை அடிப்பது போன்று சிவன் கோவில்களில் அடிக்கப் படுவதில்லை. புத்தர் குஷி நகரத்தில் தான் இறக்கும் தறுவாயில் தனது தளர்ந்த ஆடையற்ற உடலுடன் வலது கையைத் தலைசாய்த்து இருந்து, பிறகு அப்படியே இறந்து போனார். புத்தரின் அந்தத் தோற்றம் தான் பள்ளி கொண்ட பெருமாள். திருக்கோயிலூர்க் கோயிலில் அப்படியே இருக்கும். பள்ளி கொண்ட பெருமாள் இருப்பதெல்லாம் பௌத்தக் கோயில்கள் தான். அரச மரத்தைப் புனித மரமாகக் கருதக் கூடிய கோவில்களை ஆய்வு செய்தால் அதன் தொல் வரலாறுகள் தெரியவரும். அது போன்று கோயில்களில் *double blink* போடப்பட்டு விமானங்கள் கட்டப்பட்டிருக்கும். இதனைக் கஜபிருஷ்ட விமானம் என்பர். யானையின் பின் பக்கம் போன்று தோன்றும். இவ்வாறான தோற்றக்கூறுகளை உடைய கோவில்கள் சந்தேகத்திற்குரிய அல்லது ஆய்வுக்கு உட்படுத்தப்பட வேண்டிய கோயில்கள் வகையில் சேரும். சிக்கல், மங்களம், கீழ் வேலூர் போன்ற இடங்களில் இருப்பவை எல்லாம் பௌத்தக் கோயில்கள் தான். எனக்குச் சந்தேகத்திற்குரிய தோற்றமுள்ளதாகத் தென்படும் கோயில்களில் சிதம்பரம் மற்றும் திருவரங்கம் கோயில்களும் அடங்கும். ஏனெனில் அவை *unagamic.* அதாவது ஆகமம் இல்லாத முறையில் கட்டப்பட்டவை. சிவன் கோயில்கள் கிழக்குப் பார்த்த வகையில் தான் அமையப் பெற்றிருக்கும். விதிவிலக்காகச் சில மேற்கு நோக்கியும் கட்டப் பட்டிருக்கும். ஆனால் சிதம்பரம், திருவரங்கம் இரண்டுமே தெற்குப் பார்த்து அமையப்பெற்ற கோயில்கள். இதேபோல் வேறு எந்த இடத்திலாவது இருக்கிறதா? எனவே இவையும் சந்தேகத்திற்குரிய கட்டுமானமுடைய கோயில்கள் ஆகும். திருவானைக்கா கோயிலில் உக்கிர தாய்த் தெய்வம் உள்ளது. மனித உயிர்ப்பலி வாங்கிய தேவதை. வைதிகக் கதைகளின் படி ஆதிசங்கரர் வந்து சிரீசக்கர பிரதிஷ்டை செய்து உக்கிரத்தைக் குறைத்ததாகச் சொல்கிறார்கள். உக்கிரம் குறைக்கப் பட்டது என்றாலே அது உயிர்ப்பலி வாங்கிய நாட்டார் கோயில் என்று தான் பொருள். உயிர்ப்பலி என்பது தமிழ் மரபில் இருக்கிறது. தன்தலைவெட்டி என்று ஒரு சாமி உள்ளது. ராஜபாளையம் பகுதியில் இதற்கு நடுகற்கள் உண்டு. தாழ்த்தப்பட்டவர்களை விலைக்கு வாங்கியும் நரபலி கொடுத்திருக்கிறார்கள். இதற்குச் செப்பேடே இருக்கிறது. சிற்பச் சான்றுகளும் உள்ளன. இதெல்லாம் அழகர் கோயில் நூலில் எழுதி இருக்கிறேன்.

சுபா : அழகர் கோவில் மற்றும் அதன் சாரம்சமாக உங்கள்

நூலில் எதனை வெளிப்படுத்துகிறீர்கள்?

தொ.ப. : ஆதியில் பௌத்தக் கோயில்களாக இருந்தவையெல்லாம் பெருமாள் கோவில்களாக மாற்றம் பெற்று விட்டன. இதனை மூன்று தேர்வாளர்களான திரு. ஜான் ரான்ஸ் (உலகத் தமிழ்ச்சங்கத்தின் துணைத் தலைவர், அமெரிக்கா), திரு.டாக்டர்.சாரங்கபாணி, திரு. பாலசுப்பிரமணியம் ஆகியோர் ஒத்துக் கொண்டுள்ளனர். ஏன், இப்பொழுது வழிபாடு செய்துகொண்டிருக்கிற அய்யங்கார்களே இவை பௌத்தக் கோயில்கள்தான் என ஒத்துக் கொண்டுள்ளனர்.

சுபா : இது போன்ற காரணங்களுக்கு எதேனும் சான்றுகள் உள்ளனவா?

தொ.ப. : முதலில் சந்தேகத்திற்குரிய தோற்றம் கொண்ட கோவில்களின் அமைப்பு முறையைப் பார்க்கும்போது அவற்றைத் தொகுத்து வைத்துக் கொண்டு *Consolidate* செய்துக்கொள்வேன். உதராணமாக சங்கரன்கோவிலையே பார்சுவநாதர் கோயில் என்றுதான் எழுதியிருக்கிறேன். காரணம் எல்லாப் பெருமாள் கோவில்களிலும் சனிக்கிழமை புனித நாள் என்றால், இங்கு மட்டும் வெள்ளிக்கிழமை புனித நாளாக அனுசரிக்கப்படுகிறது. இரண்டாவது, இங்குத் தல விருட்சம் நான்கு என்று கூறுவார்கள். அதுவும் சிக்கலுக்குரியதே. மேலும், ஒரு காலத்தில் அரசமரம் தலவிருட்சமாக இருந்தது என்பார்கள். மொட்டை அடிக்கும் வழக்கம் இன்னும் உள்ளது. கோவிலுக்குப் பக்கத்தில் ஒரு குளம் இருக்கிறது. நாங்கள் அங்கு போய்ப் பார்த்த போது அங்கிருந்த ஓர் அய்யங்கார் மாமி அது ஆராமத்துக் குளம் என்றார்கள். ஆராமம் என்பது பாலி மொழிச் சொல். அதாவது பௌத்த மொழியின் சொல். புத்தர் கோயிலைச் சுற்றி இருக்கும் சோலைக்கு ஆராமம் என்று பெயர். இப்படியாகப் பல கோயில்கள் பௌத்தம் சார்ந்து காணப்படுகின்றன.

சுபா : சங்கரன்கோவிலில் இருக்கிற சிலை எந்த வகையான பெருமாள் சிலை?

தொ.ப. : பழைய சிலையெல்லாம் அகற்றியாகி விட்டது. இப்போது இருப்பது பிற்காலச் சிலைகள். மூன்று, நான்கு வகைகளில் அமைக்கப் பெற்றிருக்கும். ஒன்று முழுமையான கற்சிலையாக இருக்கும். அல்லது முழுமையான உலோகம் சார்ந்ததாக இருக்கும். இவை இரண்டும் இல்லாமல் எலும்புக்கூடு போலச் செய்து, அதில் உலோகங்களுக்கு இடையே சாந்து போல் செய்துத் தடவி விடுவார்கள். சுதையாகப் பூசி விடுவார்கள். அது இரும்புக் குண்டு போல் ஆகிவிடும்.

அபிஷேகம் இருக்காது. பச்சைக் கற்பூரம் பட்டால் உருகும். இப்படி ஒவ்வொரு முறையில் செய்யப்பட்டிருக்கும். இது மாதிரி 100 கோயில்களுக்கு மேல் இருக்கின்றன. இராமநாதபுரம் மாவட்டத்தில் திருப்புளானி கோவில், திருச்சி கோவில், சங்கரன்கோவிலில் உள்ள கோயில் எல்லாமே இப்படித்தான். சங்கரன்கோவிலில் உள்ளது பார்சுவநாதர் கோயில்தான். அது சமணர்களின் நாக வழிபாட்டுக் கோயில். சமணர்களின் வழக்கு மரபில் நாகவழிபாட்டில் இரண்டு முறை இருக்கும். பார்சுவநாதருக்கு ஐந்து தலை நாகமும், சுபார்சுவநாதருக்கு ஏழு தலை நாகமும் குடை விரித்திருக்கும். இதில் சங்கரன்கோவில் எந்தத் தீர்த்தங்கரருக்கான கோயில் என்று ஆய்வு பண்ண வேண்டியிருந்தது. அப்போது அங்கே ஒரு தாலாட்டுப் பாட்டு எனக்குத் தெரியவந்தது. "சங்கரனார் கோயிலிலே சந்நதியில் புன்னை மரம்; அதிலே குடியிருக்கும் அஞ்சு தலைச் செந்நாகம்" என்று ஒரு தாலாட்டுப் பாடலைச் சொன்னார்கள். அதனால் அது 23 ஆம் தீர்த்தங்கரரான பார்சுவநாதர் என்று முடிவு செய்தேன்.

சுபா : ஐயா இது போன்றே காஞ்சி சங்கரநாரயணன் கோவிலும் பௌத்த, சமண சாயல்கள் இருப்பது போன்று சொல்லப்படுகிறதே, அதைப் பற்றி விளக்கமுடியுமா?

தொ.ப. : தொல்லியல் ஆய்வுப் படி அது புத்தருடைய தாய் மாயாதேவியின் கோவில். மாயாதேவிதான் காமாட்சியம்மனாக மாற்றப்பட்டுள்ளது. இன்னொரு சந்தேகமும் எனக்கு உண்டு. பழனி கோவில் தண்டபானிக் கோவில் என்ற பெயரில் அழைக்கப்படுகிறது. ஆனால் தண்டபானி என்பது ஆகமத்தில் இடம்பெறாத பெயர்களில் ஒன்று. இங்குத் தண்டபானி என்பது புத்தரின் மாமனாரின் பெயராகும். வடநாட்டில் பௌத்தம் உயிரோடு இருக்கும் பகுதிகளில் இந்தப் பெயர் இருக்கும். மேலும், பழனி கோயில் மேற்குப் பார்த்து அமைக்கப் பெற்றிருக்கிறது. இத்தகைய சாரம்சங்களோடு காண்கையில் பழனி முருகன் கோவில் பௌத்த கோயிலே என்பது புலனாகிறது.

சுபா : மிகவும் புதிய செய்தியாகவுள்ளது ஐயா. நன்றி! மேலும், ஐயனார் ஒவ்வொரு பகுதியிலும் வெவ்வேறு வடிவங்களில் இருக்கிறார். வழிபடுமுறையும் மாறுபடுகிறது. அதுமட்டுமின்றி சமண ஐயனார், பௌத்த ஐயனார் என்றெல்லாம் அழைக்கப் படுகிறதே, அதைப் பற்றிக் கொஞ்சம் விளக்கமுடியுமா ஐயா?

தொ.ப. : ஐயனார் சமண மதத்திலும் உண்டு, பௌத்த மதத்திலும் உண்டு.

சுபா : ஓ! சமண பௌத்தம் தவிர்த்து தமிழ் பண்பாட்டில் ஐயனார் வழிபாடு எனத் தனியாக உண்டா?

தொ.ப. : உண்டு. ஆனால் அவையெல்லாம் பிடி மண் கோவில்கள் ஆகும். Branch Office போன்றவை. எங்கள் ஊரில் வல்லாத்துக்குப் பின்னால் ஏழெட்டுக் கோயில்கள் உள்ளன. அதில் உவரி சுயம்புலிங்கம் சாஸ்தா கோவில் ஒன்று உண்டு. கடற்கரை ஓரப் பகுதிக்கு உவரின்னு பேர். உவரி என்றால் கடல் என்று பொருள். கடற்கரையில் இருந்த கோவிலுக்குச் சென்று கும்பிட முடியாத காரணத்தினால் அங்கிருந்துப் பிடிமண் எடுத்துக் கொண்டு வந்து வைத்து வழிபடுகின்றனர். நாட்டார் தெய்வத்தின் பலமான அம்சங்களுள் ஒன்று பிடிமண் கோயிலாகும். மெக்கா, ரோம், காசி போக முடியாதவங்க அங்கிருந்து பிடிமண் கொண்டு கோயில் கட்டுவது போல. இது பற்றிப் பி.எல்.சாமி நிறைய எழுதி இருக்கிறார். அவருடைய "தமிழிலக்கியத்தில் தாய்த் தெய்வ வழிபாடு" நூலைப் படிங்க.

சுபா : ஐயனாரைப் போன்றே இசக்கியம்மனைத் தமிழ்ப் பாரம்பரியத்திலிருந்து சமணர்கள் எடுத்துக் கொண்டார்கள் எனச் சொல்லப்படுகிறதே! அவ்வாறா? இல்லை, அது இயக்கி என்னும் ஒரு பெண் தெய்வம்தானா?

தொ.ப. : உலகில் எந்த மதமானாலும் பெண் தெய்வமின்றி ஒரு மதமும் நிற்காது, வாழாது. இதை நன்றாகப் புரிந்து கொண்ட இத்தாலிக்காரர் கான்ஸ்டன்டைன் ஜோசப் பெஸ்கி ஒருவர்தான் கத்தோலிக்கத்தில் தாய் வழிபாட்டைப் பெரிதாக்கியவர். கன்னி மேரியைச் சேலை கட்டிய மாதாவாக ஆக்கியவர். மாதாவுக்கு வெளிநாட்டில் கவுன் போடப்பட்டிருக்கும். ஆனால் இங்கு சேலை கட்டிய மாதாவாக இருப்பார். மாதாவுக்கும் திருவிழாக்கள் உண்டு. தேர்பவனிகளும் உண்டு. அவர் கன்னி மேரியாக இருந்தவர். கடவுளைச் சுமந்த வயிறு என்பதால் சிறப்புச் சலுகையாக அவர் தன்னுடைய உடம்போடு சொர்க்கம் சென்றவர். கடவுளைச் சுமந்தவர் என்பதால் விதிவிலக்கு உண்டு. தமிழக வழக்குகள் கிருத்துவத்தில் நிறைய உண்டு. காமாட்சி அம்மன், மீனாட்சியம்மன் என்று பலபேர் வைப்பது போல அமலோற்பவ மேரி, பனிமய மாதான்னு வழக்கத்தை ஏற்படுத்திட்டாங்க. சர்ச்சை (Church) இங்கு மாதாக்கோயில் என்றுதானே சொல்றோம். அதேபோல மசூதி என்று சொல்வோம். ஆகஸ்ட் 15ஐ `சொர்க்கத் திருநாள்` என்று சொல்லுவாங்க. கிறிஸ்துமஸ் பண்டிகையைப் `பாலம் திறப்பு`

என்று சொல்வார்கள். குடில் வைப்பதை எல்லாம் பிற மதத்தினர் தான் அதிகம் வந்து பார்ப்பார்கள்.

சுபா : சமண சமயத்தில் பெண்கள் பற்றிய தங்கள் கருத்து...

தொ.ப. : சமண மதத்தைப் பொருத்த வரை அது ஒரு துறவு மதம். அவர்கள் பெண் தெய்வத்திற்கு எங்கு செல்வார்கள்? வெகுநாட்களாகத் திணறிய அவர்கள், ஒவ்வொரு தீர்த்தங்கரருக்கும் ஒரு பணிமகன், ஒரு பணிமகள் கண்டு பிடிக்கிறார்கள். பணிமகள் தான் யக்ஷி. அதுதான் தமிழில் இயக்கி, இசக்கி என்றும் பத்மாவதி, ஜோலாமாதவி, அம்பிகாயட்சி (அவர்கள் கதை காரைக்காலம்மையார் கதை போலவே இருக்கும்) என்றெல்லாம் மருவிற்று. ஜோலாமாதவிக்கு வட மாவட்டங்களில் கோயில் உண்டு. அதை நெல்லைக் கோயில் என்று கூறுவர்.

சசுபா : சரசுவதி சமணத்திலிருந்து வந்த ....

தொ.ப. : ஆம், சரஸ் என்றால் பொய்கை என்று பொருள். அறிவு தானம். சமணத்தின் அறம் கற்பது மட்டுமல்ல. கற்பித்தலும்தான். ஞான தானமே முக்கியமான தர்மம். நமக்குத் தமிழ்நாட்டிற்கு கி.பி.*11*ஆம் நூற்றாண்டில், கங்கை கொண்ட சோழபுரத்திற்குத்தான் முதலில் சரசுவதி வருகிறாள். ஆனால் அதற்கு முன்பே சரசுவதி வழிபாடும், சிந்தனையும் வந்துவிட்டது என்பதற்கு அடையாளம் சிந்தாமணி. சிந்தாமணியில் சரசுவதி நாமகளாக வருணிக்கப் படுகிறாள். சீவகன் வாழ்க்கையில் ஒவ்வொரு பருவத்திலும் திருமணம் நடைபெறும். அவன் பள்ளிக்கூடம் போவதை நாமகளைத் திருமணம் செய்வது என்பார்கள். அதை வாக்குதேவி என்று சொல்லி நாக்கில் குடியிருப்பதாகச் சொல்லும் வழக்கமும் உண்டானது. அதுதான் சரசுவதி.

சுபா : இதில் மகாலட்சுமியின் வழிபாடு....

தொ.ப. : மகலாட்சுமி செல்வத்திற்குரியவள். கூடப் பிறந்தவளை ஜேஸ்டா தேவி என்பார்கள்.

சுபா : ஜேஸ்டா பற்றி விளக்கமாகச் சொல்லுங்கள் ...

தொ.ப. : ஜேஸ்டா தேவியின் சிலைகளையே இப்பொழுது அப்புறப்படுத்தி விட்டார்கள். ஆனால், இவ்வழிபாட்டின் தொன்மையைக் குடைவரைக் கோவில்களிலேயே பார்க்கலாம். கங்கை கொண்டான் பக்கத்தில் ஆண்டிச்சிபாளையம் குடைவரைகளில் ஜேஸ்டாவைக் காணலாம். அவள் எப்படி இருப்பாள் என்றால்..

ஒரு பெண்ணிற்குரிய அம்சம் ஏதுமில்லாமல் தொடையை அகல விரித்தாற் போன்று அமர்ந்திருப்பாள். அவளுக்குக் காக்கை, குருவி, கழுதை வாகனங்கள். மாந்தன் என்ற பையனும், குனிகை என்று ஒரு பெண் என இருவர். இவள் அழுக்கின் கடவுள். மற்றும் வறுமையின் கடவுள். உரக்குழி நாச்சியார் என்று பெயர். திருக்கார்த்திகை வழிபாட்டில் உரக்குழி உட்பட விளக்கு வைத்து வழிபடும் பழக்கம் இன்றும் உண்டு. இப்பொழுது உரக்குழி நாச்சியார் வழிபாடு வட மாநிலங்களில் காணப்படுகிறது. தென் மாநிலங்களில் குறைந்து காணப்படுகிறது. உரம் என்பது செல்வம். செல்வத்தின் மூலவளம் உரம். வளம் இங்கே தானியம். ஜேஸ்டா மூத்தவள்; இலட்சுமி இளையவள்.

சுபா : தமிழ் பௌத்தம் அழிந்துபோனதற்கான காரணம் என்னவாக இருக்கும் என நினைக்கிறீர்கள்?

தொ.ப. : பெண் தெய்வ வழிபாடு இருக்கிற தேசத்தில் துறவு நெறியை ஏற்றுக்கொள்வார்களா? துறவு நெறி மரியாதைக்குரியதாக இருக்கலாம். செயற்கையான மலட்டுத்தன்மையை ஓர் ஆணோ, பெண்ணோ ஏற்றுக் கொள்வதுதான் துறவு. துறவிகள் மரியாதைக்கு உரியவர்கள். ஆனால் இயற்கை நீதிக்கு எதிரான ஒழுக்கம் துறவறம் ஆகும். துறவுநிலை ஒன்றும், பிச்சை எடுக்கும் நிலை ஒன்றும் என இரண்டுமே அதன் அறம். சமணம் சற்றுக் கடுமையான விதிகளைக் கொண்ட மதம் என்பதனால் அழிந்து போகக் காரணமாயிற்று. சமணப் பெண்களுக்கு நிர்வாணத் துறவு நிலை கிடையாது. பெண் துறவிகள் வெள்ளையாடை உடுத்தலாம். ஆண் குழந்தைகளைக் கூட அவர்கள் தூக்கக் கூடாது. ஆண் துறவிகள் மட்டுமே நிர்வாணத் துறவு மேற்கொண்டனர். அப்பர் சமணத்திலிருந்து வெளியேற இந்த நிர்வாணத் துறவறமும் ஒரு காரணம். நிர்வாணப் பிச்சையின் போது "காவிசேர்க் கண்மடவார் கண்டோடிக் கதவடைக்கும் கள்வனானேன்" என்று பாடுகிறார். காஞ்சிபுரம், வந்தவாசி பக்கத்தில், பொன்னூர் பகுதியில் இன்றும் அப்படி இருக்கிறார்கள்.

சுபா : மரபுச் சிதைவு குறித்து தங்களின் பார்வை யாது?

தொ.ப. : சில மரபுகளைச் சிதைக்கணும், சில மரபுகளைக் காக்க வேண்டும். பங்காரு சிதைத்திருக்கிறார். எனக்கு ஆன்மீகத்தில் ஈடுபாடு கிடையாது. ஆனால் பெண்கள் வழிபாட்டிற்கு முக்கியத்துவம் கொடுத்து மரபைச் சிதைத்ததில் எனக்கு உடன்பாடு தான். பெண்கள் ஒரு மன அழுத்ததிலிருந்து விடுதலை பெற்றார்கள். மரபுச் சிதைவினால் உடல் ரீதியான லௌகீக வாழ்க்கையின் அழுத்ததிலிருந்து பெண்கள்

விடுபட்டனர். அதேபோலப் பலி கொடுப்பதும் ஒரு மரபுதான். அது பெருந்தெய்வ வழிபாட்டிலும் உண்டு. சிவன் கோவிலிலேயே பசுக்களைப் பலி கொடுத்துள்ளனர். சுந்தரர், தேவாரத்தில் "பசுவேற்று எரியோங்கும் எங்கள் பரமன்" என்று பாடுகிறார். முருகனுக்கு ஆண்டுதோறும் பலி கொடுத்திருக்கிறார்கள். ஆண்டுதோறும் எருமைக்கடா பலி கொடுத்து வந்து, பின்னர் 12 ஆண்டுகளுக்கு ஒருமுறை பலி நிகழ்ந்தது. வாரியார் போன்றவர்கள் தலையிட்டுச் சிறிது காலம் நின்றது. ஜெயலலிதா அம்மையார் காலத்தில் உயிர்ப்பலித் தடைச் சட்டம் வந்தது. வீரமணியும் ஆதரித்தார். ராமகோபாலனும் ஆதரித்தார். ஆனால் இந்தச் சட்டம் நிற்பது சந்தேகமே என்று நினைத்தோம். சுடலை ஆண்டவர் கோவிலில் பலி கொடுக்கும் பொழுது பலியைத் தடுக்க முயற்சித்தார்கள். நாங்குநேரி பக்கம் ஒத்தப்பனை சுடலை ஆண்டவர் கோவில் பலியைத் தடுக்கவே முடியவில்லை. இங்குத் தடுத்தால் அங்கு போய் வெட்டுவாங்க. ஆனால் அதையே வைதிகத்தில் சாமி சாப்பிடும்போது கதவைச் சாத்திவிடுவார்கள். பொங்கல் வைத்துச் சாமி சாப்பிடுவார் என்று சிவன், பெருமாள் கோவில்களில் சாமி சாப்பிடும்போது கதவைச் சாத்திவிடுவார்கள். அடுத்தவன் பார்க்காமல் சாப்பிடுவது சாமியும் பிராமணர்களும்தான். நாட்டார் தெய்வக் கோவில்களில் அதையெல்லாம் பார்க்க மாட்டார்கள். எல்லோரும் பார்க்கும்படி ஆடு, கோழி அறுத்துச் சாப்பிடுவார்கள். பலி கொடுத்த ஆடுகளைச் சாமி சாப்பிட்டால் பின்னர் நாம் சாப்பிடும் போது ருசி இருக்காது என்று ஒரு சிந்தனையும் உண்டு.

சுபா : இறுதியாக, தமிழ் நிலத்தில் ஆய்வாளர்கள் எதனை முக்கியமாகக் கருத வேண்டும்? மற்றும் எவையெல்லாம் விடுபட்டிருக்கின்றன? மேலும் ஆய்வுப் பணிகளை எங்ஙனம் கொண்டு செல்ல வேண்டும் என நினைக்கிறீர்கள்?

தொ.ப. : சமூகம் பற்றிய ஆய்வு என்றாலே சாதிய அடுக்குகள் கொண்ட சமூகத்தில் சாதிய அமைப்புகளைப் பற்றித்தான் முதலில் ஆய்வு செய்ய வேண்டும். தமிழ்ச் சாதிகளின் அடிப்படையான விசயங்களை வெளிக் கொணர வேண்டும். அழுந்திக் கிடப்பவைகளை மீட்டெடுக்க வேண்டும். நாட்டார் வழக்காற்றியல் துறை என்று இப்போது தான் வருகிறது. Untouchable community of South India என்று புத்தகங்கள் வருகின்றன. இது போதாது. இதுபோல் ஆயிரம் புத்தகம் வரணும். மேலும் இது குறித்த முழுமையான ஆய்வுகள் நடைபெறுமாயின், தமிழ்ச் சமூகம் சார்ந்த பார்வை

மேலும் விரிவடையும். சாதியை ஒதுக்கி விட்டு நிகழ்த்தப் படும் தமிழ்ச் சமூகத்தின் மீதான ஆய்வுகள் முழுமை அடையாது. இதைச் சரியாகக் கணித்தவர் பெரியார் தான். அவர் கடவுளை விடச் சாதியைத்தான் முழுமையாக எதிர்த்தார்.

சுபா : நன்றி ஐயா வணக்கம்.

தொ.ப. : வணக்கம்.

குறிப்பு - நேர்காணலை நிகழ்த்தியவர்: முனைவர் க.சுபாஷிணி, நிறுவுநர், தலைவர் தமிழ் மரபு அறக்கட்டளை, ஜெர்மனி.

தமிழகத்தில் தேர்தல் அரசியல் தோற்றுவிட்டது

கீழடி அகழாய்வு நிறுத்தப்பட்டது; அதன்பின் அதிகாரி பணியிடம் மாற்றப்பட்டது; நீட் தேர்வு முறை போன்ற பல்வேறு விஷயங்களில் மத்திய அரசின் நிலைப்பாடு தமிழர் விரோதமாக உள்ளது என பல தரப்பிலும் கூறப்படுகிறது. இதுகுறித்து மே 12ஆம் தேதி தமிழின் மிக முக்கியமான பண்பாட்டு ஆய்வாளர் தொ.பரமசிவனை திருநெல்வேலியில் அவரது இல்லத்தில் சந்தித்து மின்னம்பலம் வாசகர்களுக்காகப் பிரத்யேகமாக பேட்டி கண்டோம். சமகால அரசியல் மற்றும் பண்பாட்டு விஷயங்கள் குறித்த தனது பார்வையை அழுத்தமாகப் பதிவு செய்தார் தொ.ப.

மதரா : கீழடியை அகழாய்வு செய்த அதிகாரியைப் பணியிட மாற்றம் செய்திருப்பது அதன் நம்பகத்தன்மையைக் கேள்விக்குள்ளாகி யிருக்கிறதே?

தொ.ப. : நாடு சுதந்திரமடைந்த காலத்திலிருந்து இந்திய தொல்லியல் துறை தென்னிந்தியாவைப் புறக்கணித்துத்தான் வருகிறது. நாகார்ஜுன கொண்டாவைத் தவிர இங்கு உருப்படியான எந்த ஆய்வும் நடைபெறவில்லை. அப்படி உருப்படியான ஆய்வாக, கீழடி ஆகிவிடுமோ என்று பயப்படுகிறார்கள். கிறிஸ்து பிறப்புக்கு முன்னாள் உள்ள எழுத்துகள் இங்குள்ளன. அதனால்தான் அமர்நாத்தை அசாமுக்கு மாற்றுகிறார்கள். ஆதிச்சநல்லூர் ஆய்வு கிடப்பில் போடப்பட்டுள்ளது. இந்த அரசு அதற்கான முயற்சிகளை எப்போதும் எடுக்காது. ஆங்கிலேயர் காலத்தில் 1915இல் ஆதிச்ச நல்லூர் அகழாய்வு குறித்து ஆங்கிலத்தில் வெளியிடப்பட்ட அறிக்கை கூட இன்னும் தமிழில் வெளிவரவில்லை.

மதரா : ஜல்லிக்கட்டு, கீழடி போன்ற பண்பாட்டு பிரச்னைகளுக்குப் பெருந்திரள் போராட்டம் நடப்பதை எப்படிப் பார்க்கிறீர்கள்?

தொ.ப. : இது ஒரு நாளில் வந்த கூட்டம் இல்லை. ரொம்ப நாளா மனசுக்குள்ள இருந்த விஷயம்தான் பெரிய போராட்டமா வெடிச்சிருக்கு. நேரம் பார்த்து காய்ஞ்ச வைக்கோலில் பத்தின நெருப்பு மாதிரிதான் இந்தப் போராட்டம் நடந்திருக்கு. டாஸ்மாக்குக்கு எதிரான போராட்டமும் அப்படித்தான். அந்த பெண்களுக்கு உள்ளார்ந்த ஒரு கோபம் இருந்தது. சமயம் பார்த்து அது, மேல வந்துருக்கு.

மதரா : பண்பாட்டு ரீதியான பிரச்னைகளுக்கு மட்டும்தான் பெருந்திரள் போராட்டம் வருமா? நீட் தேர்வு போன்ற நேரடி அரசியல் சார்ந்த போராட்டங்கள், தமிழகத்தில் வலுப்பெறாமல் இருப்பதன் காரணம் என்ன?

தொ.ப. : அதற்கான தலைமை இல்லை. தமிழ்நாட்டுல தேர்தல் அரசியல் தோத்துப் போயிருச்சு. தோத்துப் போனதா மக்கள் நினைக்குறாங்க. அதனால அரசியல் பிரச்னைகளுக்கு வர மாட்டாங்க. எல்லா கட்சியும் அழிஞ்சு புதுக் கட்சிகள் வரும்போது வேணும்னா அந்த மாதிரி வரலாம். இப்ப உள்ள கட்சிகள் இருக்குற வரை வரமாட்டாங்க.

மதரா : இந்தப் பண்பாட்டு ரீதியான போராட்டங்கள் தேசிய இன விடுதலையில் எந்த அளவு பங்குவகிக்கும்?

தொ.ப. : தேசிய இன விடுதலைக்கு ரொம்ப தூரம் போகணும். இந்த மாதிரி நூறு விஷயங்கள் நடந்தா தேசிய இன விடுதலையை நோக்கி நாம நகர்கிறோம்னு அர்த்தம். இப்ப ஒன்னுதான் இருக்கு. அது மத்திய அரசாங்க எதிர்ப்பு. தேசிய இன விடுதலை குறித்த தன்னுணர்ச்சியே இல்ல. அது முதல்ல வரணும். இந்தியாவில் எல்லா தேசிய இனங்களும் ஒடுக்கப்பட்ட தேசிய இனங்கள்தான். இந்தி தேசிய இனத்தைத் தவிர, தேசிய இனங்களுக்கிடையே ஒற்றுமையுணர்வு ஏற்பட வேண்டும். பெரியார் இருந்திருந்தால் அது சாத்தியமாகியிருக்கும். இந்தியாவில் தேசிய இன விடுதலையைக் குறித்தும் இந்தி எதிர்ப்பு குறித்தும் முதலில் பேசியவர் பெரியார் தான்.

மதரா : பண்பாட்டு ஆய்வில் உங்கள் முன்னோடி யார்? அவர்களில் இருந்து உங்களது ஆய்வு எந்தவிதத்தில் வேறுபடுகிறது?

தொ.ப. : மயிலை சீனி வேங்கடசாமி, நா.வானமாமலை, மு.ராஜலிங்கம் ஆகியோர் தான் எனது முன்னோடிகள். அவர்களது ஆய்வுகள் மேலோர் மரபைச் சார்ந்தது. எனது ஆய்வுகள் நாட்டார்

மரபைச் சார்ந்தது. எனது ஞான ஆசிரியர் சி.சு.மணி. தமிழ்நாடு அடையாளம் காணாமல்விட்ட பல்துறை அறிஞர் அவர்.

மதரா : நீங்கள் திராவிட இயக்கச் சிந்தனையிலிருந்து வருகிறீர்கள். ஆனால் நா.வானமாமலை போன்றோர் இடதுசாரி பின்புலம் கொண்டவர்களாக இருக்கிறார்களே?

தொ.ப. : நான் திராவிட இயக்கச் சிந்தனையிலிருந்து வந்தாலும் இடதுசாரி சார்புடையவன் தான்.

மதரா : தமிழ் பல்கலைக்கழகத்தில் உங்களோடு பணியாற்றிய வி.ஐ.சுப்பிரமணியன் பற்றி கூற முடியுமா?

தொ.ப. : அவர் பண்பாட்டுவாதி அல்ல. கறாரான மொழியியல் வாதி. நம்பமுடியாத நேர்மையாளர். இந்த அளவுக்கு நேர்மையாக இருக்க முடியுமா என்று ஆச்சர்யப்பட வைக்கும் அளவுக்கு நேர்மையாளர்.

மதரா : சமீபத்தில் இராவதம் மகாதேவன், திராவிடமும் ஆரியமும் வெவ்வேறு இனங்கள் அல்ல, வேறுவேறு மொழிகள் என்று கூறியுள்ளாரே அது பற்றி உங்கள் கருத்து என்ன?

தொ.ப. : அவர் ரொம்ப நாளா இப்படி பேசிக்கிட்டு இருக்கார். பண்பாட்டு ரீதியாகவும், அறிவியல்பூர்வமாகவும் அதை ஏற்றுக் கொள்ள முடியாது. கறுப்பர்களான தென்னிந்தியர்களுடன் சேர்ந்து வாழ்கின்றோம்னு எப்படி இங்கே பேச முடியுது. அதற்கு ஒரு பின்புலம் இருக்கணும்ல. இது அவரைப் போன்ற மேல் ஜாதி பிராமணர்களின் ஆசை.

மதரா : ஆனால், இராவதம் மகாதேவன் தானே சிந்து சமவெளி நாகரீகம் திராவிட நாகரீகம் என்று கூறினார்?

தொ.ப. : நிர்ப்பந்தத்தால்தான் அப்போது அவர் அப்படி கூறினார்.

மதரா : பிஜேபி, கழகங்கள் இல்லா தமிழகம் கவலைகள் இல்லா தமிழகம்னு ஒரு கோஷம் வைக்குறாங்களே..?

தொ.ப. : கற்பனை. அது அவங்க ஆசை. இந்தியா முழுக்க இந்துக்கள் நாடா மாத்தணும்னு ஆசைப்பட்டது மாதிரி, கழகங்கள் இல்லா தமிழகம் வரணும்னு ஆசைப்படுறாங்க. அது ஐம்பது வருஷத்துக்கு நடக்காது. அதுக்கப்புறம் அது நடக்கலாம்; இல்லை நடக்காமல் போகலாம். ஆனால் உறுதியா ஐம்பது வருஷத்துல அது நடக்காது.

அதிமுக, திமுக ஆகிய இரண்டு கட்சிகளை மட்டும் சுட்டிக் காட்டி திராவிட கட்சிகள் ஊழல் நிறைந்தது, திராவிடம் தோல்வி யடைந்தது என தேசிய கட்சிகள் கூறுகின்றன. இங்குள்ள சில தமிழ்த் தேசிய கட்சிகளும் அமைப்புகளும் திராவிடத்தால் வீழ்ந்தோமென்று சொல்லி பெரியார் வரை எதிர்க்கிறார்கள். இந்தச் சூழலை எப்படிப் பார்ப்பது?

தொ.ப. : தேசிய கட்சிகளைப் போலவே தமிழ்த் தேசிய கட்சிகளும் தங்களுடைய ஆசையைத்தான் சொல்றாங்க. திராவிட கட்சிகளின் அரசியல் தோல்வி, முழு தோல்வி ஆகாது. அதை வைத்துக்கொண்டு பேசும் தமிழ் தேசியவாதிகளும் தோத்துப்போவாங்க. இங்கே திராவிட சிந்தனைகளால் தான் பெரிய மாற்றங்கள் நிகழ்ந்திருக்கு. இந்தியாவில் தமிழ்நாட்டுல மட்டும்தான் பெயருக்குப் பின்னால் சாதி பெயர் போடும் வழக்கம் இப்போது இல்லை. கறந்த பால் மடி புகாதுங்குற மாதிரி தமிழ்நாட்டு மக்களை இனிமேல் சாதிப் பெயர் போட்டு எழுதவைக்க முடியாது. அப்படி எழுதுவதை அருவருப்பாகப் பார்க்க ஆரம்பிச்சுட்டாங்க.

மதரா : இந்தியா இந்துக்கள் நாடுன்னு சொல்ற பிஜேபி, அந்த கோஷத்தை தமிழகத்திலும் செயல்படுத்தும் முயற்சியில் இறங்கியிருக்கிறார்களே...?

தொ.ப. : பிஜேபி தன்னால் செய்ய முடியாத சாத்தியமில்லாத வேலையை செஞ்சுக்கிட்டு இருக்கு. கிறிஸ்தவத்தையும் தமிழையும் பிரிக்க முடியுமா? மாதா கோயிலுக்குச் செல்லும் என் மனைவியையும் பிள்ளைகளையும் இவர்களால் தடுக்க முடியுமா? உடல் நலமில்லாத குழந்தைகளை மசூதிக்கு கூட்டிபோய் தண்ணீர் ஓதும் வழக்கத்தை நிறுத்த முடியுமா? பிஜேபி-யின் முயற்சி இங்குப் பலனளிக்காது.

நன்றி
பேட்டி: மதரா.
மின்னம்பலம் இணைய இதழ்.

பேரா.தொ.ப.வின் பார்வையில் தமிழர் சமயங்கள்

முனைவர் வே.கட்டளை கைலாசம்

தமிழர்கள் இயற்கை வழிபாட்டிலிருந்து பௌத்தம், சமணம், சைவம், வைணவம், இஸ்லாம், கிறிஸ்தவம் எனப் பல சமயங்களுக்குச் சென்றனர். சமய மறுப்பு கொள்கையும் தமிழரிடம் தொடர்ந்து இருந்து வருகிறது. பேராசிரியர் தொ. பரமசிவம் "அழகர் கோயில்" *(1989)* ஆய்வு தொடங்கி தனது இறுதிக் காலம் வரை சமயங்கள் குறித்து ஆய்வுக்கட்டுரைகளையும் நூல்களையும் எழுதி வந்தார். சைவப் பேரறிஞர் சி.சு.மணி அவர்களைத் தனது குருநாதர் என்று பெருமையுடன் கூறிக்கொள்வார். பெரியாரியம், மார்க்சியம், விளிம்புநிலைக் கோட்பாடுகளை அடிப்படையாகக் கொண்டு இவரது ஆய்வுக்கட்டுரைகள் எழுதப்பட்டுள்ளன. கள ஆய்வு, கல்வெட்டுப் பயிற்சி, தமிழ் இலக்கண இலக்கியப் புலமை ஆகியன இவர் தம் ஆய்வுக் கட்டுரைகளுக்குத் துணை நிற்கின்றன. இவர் தனக்கென ஓர் அணுகுமுறையை உருவாக்கி சாதாரண மனிதருக்கும் புரியும்படி எழுதிவந்தார்.

மதங்களின் தோற்றம்:

மிகத் தொடக்கக் காலத்தில், இயற்கை, மனிதனுக்கு ஒரு புதிராகத் தோற்றமளித்தது. இருள், சூரியன், பாம்பு ஆகிய இயற்கைப் பொருட்கள் மனிதனுக்குப் புதிராகவும் இருந்தன, அதே நேரத்தில் அச்சத்தையும் ஊட்டின. ஆயினும் இயற்கையே தனக்கு உணவை அளிக்கிறது என்று மனிதன் அறிந்து கொண்டான். அச்சமும் உணவுத் தேவையும் கொண்ட மனிதன் இயற்கையின் பேராற்றலை வணங்கத் தலைப்பட்டான்(தொ.ப. *1995:1).* இயற்கையை வழிபட்ட தமிழன், அதன் ஆற்றலை "முருகு" என வணங்கினான். "முருகு" "முருகன்" ஆக்கப்பட்டான் என்பார் தொ.ப. *(1995:3).*

கிராமப்புறத் தெய்வங்களின் ஆயுதங்கள், தோற்றம், இருப்பிடம்,

போன்றவற்றின் அடிப்படையில் தமிழரின் தொடக்கக் கால தெய்வங்களை அடையாளப்படுத்துகிறார் தொ.ப. கையில் கலப்பை ஏந்திய பலராமன், கோடரியை ஆயுதமாக உடைய பரசுராமன் எனப் பல தெய்வங்கள் தோன்றின. ஹரப்பா நாகரிகத்தின் பசுபதி வழிபாடு, வேதத்திலுள்ள ருத்ரவழிபாடு, தமிழ்நாட்டில் நிலவிய தறிவழிபாடு (கன்றாப்பூர் நடுதறியைக் காணலாமே - அப்பர்) இந்த மூன்றும் கலந்ததே சிவ வழிபாட்டின் அடிப்படையாகும். வட இந்தியாவில் பிறந்த கந்தவழிபாடு, தமிழ்நாட்டின் முருகன் வழிபாடு, கிழக்கிந்தியப் பகுதிகளில் பிறந்த கார்த்திகேயன் வழிபாடு இவை அனைத்தும் சேர்ந்தவைதான் இன்றுள்ள முருகன் வழிபாடு.

வாசுதேவ கிருஷ்ணன் வழிபாடு, பலராம வழிபாடு, வேதத்தின் நாராயண வழிபாடு, இவை அனைத்தும் கலந்ததே விஷ்ணு வழிபாடு உருவாயிற்று. இனக்குழு வாழ்க்கையையுடைய மக்களின் வழிபாட்டு முறைகள், அரசுகள் உருவாகியபோது கலந்து பெருவழிபாட்டு நெறியாக (Cult) உருவெடுத்து மதம் என்ற நிலைக்கு வளர்ந்தது. இயற்கையை வழிபட்ட மனிதன் இனக்குழுவாக வாழும்பொழுது ஆற்றல்களை வணங்கினான். அவ்வாற்றல்கள் தெய்வங்களாயின. தாய் தெய்வ வழிபாடு, குழுவிற்கான வழிபாடு என வழிபாடு பல நிலைகளை அடைகிறது. இவ்வழிபாட்டு முறைகளின் தோற்றத்தினைத் தொழிலோடும், சமூகத்தோடும், அரசுடனும் இணைத்துப் பார்த்து பெருநெறி, சிறுநெறிகளைத் தொ.பரமசிவம் விளக்குவார். பெருநெறி காலப்போக்கில் எல்லாவற்றையும் தன்மயமாக்குகிறது என்ற கருத்தினையும் முன்வைக்கிறார் தொ.ப.

சமணமும் பௌத்தமும்:

தமிழகத்தில் கிடைக்கும் தமிழிக் (தமிழ் பிராமி) கல்வெட்டுகளில் பெரும்பாலானவை சமணப் பள்ளிகளில் உள்ளன. சமணமும் பௌத்தமும் வடநாட்டிலிருந்து தமிழ்நாட்டிற்கு வந்தவை என்று பெரும்பாலோர் கூறுவர். அவற்றிற்கும் தமிழ் மக்களுக்கும் தொடர்பு இல்லை என்றும் கருதுவர். பேராசிரியர் தொ.ப. "உண்மையில் கி.பி. ஏழாம் நூற்றாண்டுவரை, சமணமும் பௌத்தமும் தமிழ்நாட்டில் கொடிகட்டிப் பறந்த மதங்கள் ஆகும். கடைக்கோடிச் சிற்றூர்வரை அவை பரவி இருந்தன. கி.பி. ஏழாம் நூற்றாண்டில் பக்தி இயக்கம் தோன்றிய பிறகு பௌத்த மதம் தமிழ்நாட்டிலிருந்து படிப்படியாக மறைந்தது" என்பார் (அறியப்படாத தமிழகம் 1997:98).

துறவிகளுக்கு செவ்வாடை என்பது பௌத்த மதம் தந்ததாகும். மொட்டையடித்தல், அரசமரத்தைப் புனிதமாகக் கருதுதல்

போன்றவை பௌத்தத்திலிருந்து பெற்றவை. "பட்டிமண்டபம்" என்ற கலைவடிவம் பௌத்தத்திலிருந்து பிறந்ததாகும். குருகுல பள்ளிகளைப் பௌத்தர்கள் நடத்தினர் என்பதைச் சான்றுகளுடன் நிறுவுவார் (தொ. பரமசிவம் 1997:98.99). அழகர்கோயில் பௌத்தக் கோயிலாக இருந்தது என்று கூறும் மயிலை சீனிவேங்கடசாமியின் கருத்தினை "அழகர் கோயில்" என்ற நூலில் ஏற்புடையது என்று நிறுவுகிறார்." (தொ. பரமசிவம் 1989: 17-25). அரசு உருவாக்கத்திற்குத் துணை நின்ற சைவ, வைணநெறிகள் கி.பி.ஏழாம் நூற்றாண்டிற்கு முன்னரே சமண பௌத்த மதங்களுக்கு எதிரான தாக்குதலைத் தொடங்கிவிட்டன. நமக்குக் கிடைக்கின்ற இலக்கியச் சான்றுகளையும் தொல்லியல் சிற்பச் சான்றுகளையும் கூர்ந்து கணிக்கும்போது பெருமளவில் சமணத்தோடு சைவமும் பௌத்தத்தோடு வைணவமும் மோதலைத் தொடங்கியிருக்கின்றன என்று உணரலாம். இவற்றுள் பௌத்தமே முதலில் வீழ்ந்திருக்கின்றது என்று "சமயங்களின் அரசியல்" நூலில் கூறுவார் (தொ. பரமசிவம் 2005:25). செவ்வாடை பௌத்தருக்குரியது என்று கூறும் தொ.ப. முல்லைப்பாட்டில் (முல்லைப்பாட்டு வரி: 37-38) வரும் "கல் தோய்த்து உடுத்த படிவப் பார்ப்பான்" என்ற வரியையும் சுட்டிக்காட்டுகிறார். (தொ.பரமசிவம் 1995:86) செங்காவிக் கல்லிலே தோய்ந்த செவ்வாடை அணிந்த பார்ப்பனர் என்பது இதன் கருத்தாகும்.

சமணம்:

சமண சமயத்திற்கு ஜைனம், ஆருகதம், அநேகாந்தவாத மதம், ஸியாத்வாத மதம் என்றும் பெயர்கள் உள்ளன. சமணர் (ஸ்ரமணர்) என்றால் துறவி என்று பொருள். பலன்களையும் கர்மங்களையும் ஜெயித்தவர் என்பதால் சமண தீர்த்தங்கரருக்கு ஜினர் என்றும் பெயர் உண்டு. ஜினரைக் கடவுளாக உடைய மதம் ஜைன மதம் எனப்படும். சமணக் கடவுளுக்கு அருகன் என்றும் பெயர் உண்டு. அதனால் அருகனை வணங்குவோர் ஆருகதர் என்றும் அழைக்கப்பட்டனர். இம்மதத்திற்கு ஆருகதமதம் என்ற பெயரும் உண்டு. பற்று அற்றவர் என்ற பொருளின் அடிப்படையில் நிர்க்கந்தர் அல்லது நிகண்டர் என்றும் அழைக்கப்பட்டனர். அசோக (பிண்டி) மரத்தைப் போற்றியதால் சமணருக்குப் பிண்டியர் என்ற பெயர் கூறப்படுகிறது.

சமண சமயத்தில் வெண்ணிற ஆடைகள் அணியும் சுவேதாம்பர சமணம், ஆடையுடுத்தப் பெறாத திகம்பர (திசைகளை ஆடையாக உடையவர்) சமணம், ஆகம நூல்களை வைத்து வழிபடும் ஸ்தானகவாசி சமணர் என மூன்று பிரிவுகள் தோன்றின. திகம்பர சமணர்

பண்டைக் காலத்தில் தமிழ்நாட்டில் பெருந்தொகையாக இருந்தனர். மயிலை சீனிவேங்கடசாமி தனது "சமணமும் தமிழும்" என்ற நூலில் சமணம் பற்றி விரிவாகக் கூறுவார். ஆடையில்லா சமணர்கள் பள்ளி, கல்லூரி, மாணாக்கன், மாணாக்கி போன்ற சொற்களைத் தந்தனர் (தொ.பரமசிவம் 1997:138-139). மதுரைக்கருகில் அழகர்மலை, ஆனைமலை ஆகிய இடங்களில் உள்ள படுக்கைகள் சமணத் துறவிகளுக்காக வெட்டப்பட்டுள்ளன.

திருநெல்வேலி மாவட்ட சிங்கிகுளம் மலையில் பகவதியம்மன் கோயில் பற்றி "இயக்கி வழிபாடு" என்ற நூலில் தொல்லியல் ஆய்வாளர் வேதாசலம் குறிப்பிட்டுள்ளார் (வேதாசலம் 1989:103). சமண தெய்வம் இயக்கி என்ற கருத்தையும் சிங்கிகுள மலைக்கோயில் சமணத்தின் எச்சம் என்பதனையும் முன்வைத்துள்ளார். இதனை தெ.பா. "தெய்வம் என்பதோர்" நூலில் விளக்கமாகப் பதிவு செய்கின்றார் (தொ. பரமசிவம் 2006:47-49). வடதமிழகத்தில் மிகுதியான சமணப்பள்ளிகள் உள்ளன. சமணர்கள் வாழ்ந்த மலைகள் இன்று பகவதி மலை எனப் பல ஊர்களில் அழைக்கப்படுகின்றன. இக்கருத்து ஆய்வுக்குரியது. ஏழாம் நூற்றாண்டுக்குப்பின் பெரும்பாலான சமணக் கோயில்கள் சைவ, வைணவச் சமயத்தாரின் கோயில்களாயின. சில இடங்களில் சமண, பௌத்த சிற்பங்கள் நாட்டார் தெய்வங்களாகவும் வழிபடப்படுகின்றன.

பௌத்தம்:

கி.மு. ஐந்தாம் நூற்றாண்டில் கௌதம புத்தரால் வட இந்தியாவில் தோற்றுவிக்கப்பட்ட பௌத்த மதம், அசோக மன்னர் காலத்தில் தமிழ் நாட்டிற்கு வந்தது என ஆய்வாளர்கள் கூறுகின்றனர். புத்த பிட்சுகள் தமிழ்நாட்டிலிருந்த அரசர், வணிகர், செல்வந்தர் முதலானவர்களின் பொருளுதவி பெற்று புத்த விகார்களையும், பள்ளிகளையும் சைத்தியங்களையும் (பௌத்தப்பள்ளி) ஆங்காங்கே நிறுவினார்கள். சாதி வேறுபாடுகளை இம்மதம் ஏற்றுக்கொள்ளாத காரணத்தால் தமிழ்நாட்டில் செல்வாக்கு பெற்றது. சைவம், வைணவம் இவை இரண்டும் பௌத்த சமயத்தை எதிர்த்துத் தோன்றின. வைணவம் பௌத்த கோயில்களைத் தனதாக்கிக் கொண்டது. சைவமும் வைணவமும் அரசு ஆதரவு பெற்று பௌத்த மதத்தை எதிர்கொண்டன. சைவம் மிகப்பெரிய அளவில் பௌத்த சமண மதங்களை எதிர்த்து வெற்றிகண்டது.

சமண, பௌத்த சமய வீழ்ச்சி:

சமணமும் பௌத்தமும் வீழ்ச்சியடைந்த நிலைக்குக் காரணம் சைவ, வைணவ சமயங்கள் என்று கூறப்பட்டாலும், அம்மதங்களில் உள்ள பெண்கள் குறித்த பார்வை, கலைகளைப் பற்றிய எண்ணம், ஆடை இல்லா துறவு, ஆணாதிக்கம் போன்றவை மக்களின் வெறுப்பிற்கு முக்கிய காரணங்களாக அமைந்தன. நிர்வாணத் (அம்மணம்) துறவைத் தமிழ்ப்பண்பாடு ஒருபோதும் ஏற்றுக் கொள்ளாது. பௌத்தத் துறவிகளோ மக்களைவிட்டு விலகி ஊருக்கு வெளியே தங்கினர். தமிழ் மரபுக்கும் பண்பாட்டுக்கும் ஒவ்வாதவற்றைத் தமிழ்ச்சமூகம் புறம் தள்ளிவிட்டது.

சமணமும் பௌத்தமும் வீழ்ச்சியடைவதற்கான காரணங்கள் அவற்றின் உள்ளே இருப்பதை தொ.ப. சுட்டிக் காட்டுகின்றார்(தொ. பரமசிவம் 2005:6-7). கி.பி. ஏழாம் நூற்றாண்டின் தொடக்கத்தில் சமண, பௌத்த மதங்களிலிருந்து பல்லவ அரச அளவில் நிரந்தரமாக வெளியேறியது. தமிழ்நாட்டு மன்னர்களின் ஆதரவைச் சமணமும், பௌத்தமும் இழந்தன. வேதபார்ப்பனர் செல்வாக்கு ஓங்கி வளர்ந்தது. மக்கள் செல்வாக்கையும் அரசின் ஆதரவையும் ஒரு சேர இழந்த சமண, பௌத்த மதங்கள் வீழ்ச்சி அடைந்தன.

சைவ சமயம்:

சைவம் என்னும் நெறி ஒரு சித்தாந்தமாகக் காசுமீரத்தில் ஸ்ரீகண்டர் என்பவரால் உருவாக்கப்பெற்றது. இந்நெறி ஹரப்பா நாகரிகத்தில் காணப்பெறும் "பசுபதி" வழிபாட்டிலிருந்து தோன்றியிருக்க வேண்டும். ஏனெனில் இந்த நெறியே பிற்காலத்தில் "பாசுபதம்" என வழங்கப்பெற்றது. முகண்டரின் மாணவர் லகுலீசர் முயற்சியால் வளர்ச்சி பெற்ற பாசுபதம் கி.மு. மூன்றாம் நூற்றாண்டளவில் ஆந்திரா, கருநாடகப் பகுதிகளில் செல்வாக்குப் பெற்றது. பாசுபதத்தின் குறிப்பிடத்தக்கப் பங்களிப்பு என்னவென்றால் சமண பௌத்தத் துறவு நெறிகளுக்கு எதிராக அது "ஆணும் பெண்ணும் சமம்" என்ற வாழ்க்கை முறையினை முன்வைத்தது என்பர் (தொ. பரமசிவம் 2005:8).

சைவ சமயம் பாசுபதம், காபாலிகர் என்ற இரு பிரிவுகளைக் கொண்டிருந்தது. பாசுபதமே தாய் நெறியாக இருந்தது. பாசுபதர் உடல் முழுவதும் திருநீறு பூசி ஆடையின்றி நடமாடினர் என்பார் மா. இராசமாணிக்கணார். இக்கோலம் பிட்சாடன திருமேனியாக வணங்கப்பட்டது. சிவபெருமானின் மற்றொரு கோலம் "பைரவர்"

ஆகும். மண்டையோட்டு மாலையணிந்து காபாலிகர்களால் இந்த மூர்த்தம் வணங்கப்பட்டது. பாசுபதர் அல்லது லகுலீச பாசுபதர் என்பவரைக் காளாமுகர் என்றே சைவ வரலாற்றிஞர்கள் குறிப்பிடுகின்றனர். லகுலீசரால் தோற்றுவிக்கப்பட்ட பாசுபதத்தில் ஆடையுடன் கூடிய மிதவாத நெறியாளர்கள் தோன்றினர். இவர்களே காளாமுகர் எனப்பட்டனர். லகுலீசரால் செம்மைப்படுத்தப்பட்ட தத்துவம் "சோமசித்தாந்தம்" என்பதாகும்.

ஏழாம் நூற்றாண்டுக்கு முன்புவரை காளாமுகர் தமிழ்நாட்டில் செல்வாக்கு பெற்றிருந்தனர். ஏழாம் நூற்றாண்டில் ஒற்றை அரசுகள் தோன்றின. தமிழகத்தின் வடபகுதியில் பல்லவ அரசும் தென்பகுதியில் பாண்டிய அரசும் உருவாகின்ற காலத்தில் அவ்வரசுகள் பல்வேறுபட்ட இனக்குழுக்களைத் தம்முள் கரைத்துக் கொண்டன. இந்த மேலாண்மைக்குத் துணையான தத்துவ மேலாண்மையாக "வேதம்" நிலை நிறுத்தப்பட்டது. (தொ.பரமசிவம் 2005:12). சிவன், திருமால் ஆகிய தெய்வங்களை முன்னிறுத்திக் கோயில்கள் உருவாகின. வேதபார்ப்பனர்களில் சிலர் மட்டும் கோயில் வழிபாட்டிற்குள் நுழைந்தனர். திருஞானசம்பந்தர் வேதபார்ப்பன நெறிகளைக் கோயில் வழிபாட்டிற்குள் கொண்டுவர முயன்றார். இதுவே சைவத்தைத் தன்பிடிக்குள் கொண்டுவர, வைதீகம் செய்த முதல் முயற்சி. (தொ.பரமசிவம் 5:14). கோயில்களின் வளர்ச்சியோடு சம்பந்தரின் சமய அரசியல் பாதியளவே வெற்றிபெற்றது. கோயில்களில் கருவறையில் மூலத்திருமேனியைத் தொட்டுப் பூசை செய்வோர், "சிவப்பிராமணர்" என்னும் கூட்டத்தாரே ஆவர். அவர்கள் இன்றுவரை வேதப் பார்ப்பனர்களோடு மண உறவை வைத்துக்கொள்வதில்லை என்பதினை "சமயங்களின் அரசியல்" நூல் கூறுகிறது. (தொ.பரமசிவம் 2005:14). சிவப்பிராமணர்கள் தமிழ்நாட்டில் உருவானவர்கள். இவர்களுக்கு வடமொழியிலும் தமிழிலும் அர்ச்சனை செய்யத்தெரியும். இவர்களுக்கு "காணியாளர்" என்ற பெயரும் உண்டு.

ஞானசம்பந்தரின் வைதீகம், கோத்திர பெருமைகளுக்கு எதிராக அப்பர் குரல் எழுப்பினார். சோழப்பேரரசின் உருவாக்கத்தின் முன், அப்பரின் சனநாயகக் குரல் எதிர்வினை ஆற்றமுடியவில்லை. அப்பர், சம்பந்தர் கூட்டணி தமிழக அரசியலில் ஒரு முக்கியத் திருப்புமுனையை ஏற்படுத்தியது என்பார் தொ.பரமசிவம் (தொ. பரமசிவம் 2005:17). பார்ப்பனர்களின் ஆன்மீக அதிகாரமும் வேளாளர்களின் நில உடைமை சார்ந்த சமூகப் பொருளாதார அதிகாரமும் அன்று உருவாகி வந்த அரசுகளின் அங்கீகாரத்தைப்

பெற்றன. இவற்றைக் கல்வெட்டு, தேவாரச் சான்றுகளுடன் தொ.ப. எடுத்துரைக்கின்றார். ஏழாம் நூற்றாண்டில் அரசு அதிகாரம் சாதிய மேலாண்மை, சாதி ஒடுக்குமுறை போன்றவை உருவாகின.

மூத்ததேவி (மூதேவி) என்று ஜேஷ்டாதேவியை சைவத்திற்குள் கரைக்க முற்பட்டனர். வைணவப் பார்ப்பனரான தொண்டரடிப்பொடி ஆழ்வார் "மூத்ததேவி வறுமையின் சின்னம்" என எள்ளி நகையாடுகிறார். வைதீகப் பார்ப்பனியம் நாட்டார் மரபுகளை உள்வாங்கும் முறையில் பழைய தெய்வங்களை ஏற்றுக்கொள்ளவும் புறந்தள்ளவும் வழிதெரியாமல் அலைந்திருக்கிறது என்பதே உண்மை. (தொ.பரமசிவம் *2005:23*).

சோழப்பேரரசு சைவத்தை அரசமதமாக ஏற்றுக்கொண்டது. கோயில்கள் சைவ சமய நிறுவனங்களாகச் செயல்படத் தொடங்கின. சோழப் பேரரசு காலத்தில் சைவசமயம் அரச மதமாக உருப்பெற்றாலும் திருநாவுக்கரசர் கட்டமைத்த தமிழ்ச் சைவமாக அமையவில்லை. மூத்ததேவி (மூதேவி) என்ற திராவிட தெய்வம் மதிப்பிழத்தல் வாக்தேவியான (சரசுவதி) வைதீகப் பெண் தெய்வம் கோயிலுக்குள் நுழைக்கப்படல் போன்ற நிகழ்வுகள் வைதீகத்தின் செயல்பாடுகள். சோழர்கள் காஷ்மீரிய சைவத்தைப் பின்பற்றி சிவலிங்கங்களைக் கோவில் கருவறையில் நிறுவினர்.

தமிழகத்தில் பாசுபத சைவம் முதலில் நுழைந்தது. மிதவாத பாசுபதம் தமிழர்களால் ஏற்றுக்கொள்ளப்பட்டது. சோழப் பேரரசு காலத்தில் வைதீக சைவமும் தமிழ்ச் சைவமும் இணைந்து கோயில்களைச் சைவ நிறுவனங்களாக உருவாக்கிக் கொண்டன. ஆனால் வைதீக சைவமே கோயில்களைத் தன்வையமாக்கிக் கொண்டது. சாதிய ஏற்றத்தாழ்வு, தீண்டாமை வலுப்பெற்றன. காசு பிள்ளை என்று அழைக்கப்படும் காந்திமதிநாதன் சுப்பிரமணியப்பிள்ளை "இந்து" என்ற சொல்லாடலை முன்வைத்து எழுதிய சிந்தனைகளையும் தொ.ப. தனது சமயப்பார்வைக்கு வலு சேர்க்க எடுத்துக் கொள்கிறார் (தொ.ப. *2008:74-79*). இன்றுவரை வைதீக சைவமே கோயில்களில் நடைமுறையில் உள்ளது என்று கூறலாம்.

சித்தர் மரபை, சமயங்களுக்குள் எழுந்த கலக்குரலாகக் காண்கிறார் பேராசிரியர் தொ.ப. தமிழ்நாட்டில் சித்தர் இயக்கம் வேத எதிர்ப்பு, வேதியர் எதிர்ப்பு, கோயில் எதிர்ப்பு என்ற மூன்று நிலைகளில் கால்கொண்டது. (தொ. பரமசிவம் *2005:44*). "இதுதான் பார்ப்பனியம்" (தொ.பரமசிவம் *1993*) "இந்து தேசியம்" (*2014*)

"நான் இந்துவல்ல நீங்கள்...?" போன்ற சிறு சிறு நூல்களைத் தொ.ப. எழுதி வெளியிட்டார்.

வைணவம்:

விஷ்ணுவை முழுமுதற் கடவுளாக வழிபடும் சமயம் வைணவமாகும். ஆறுவகை சமயங்களில் ஒன்றாக வைணவம் போற்றப்படுகிறது. வைணவ சமயத்தின் முக்கிய நூல்கள் வேதம், உபனிடத்து, பகவத்கீதை, பஞ்சரந்தரஆகமம், மகாபாரதம், இராமாயணம், பாகவதம், விஷ்ணு, கருட, நாரதீய, பத்ம, வராக புராணங்கள். குப்தர் காலத்தில் அரசர்களின் செல்வாக்குப்பெற்று தெற்காசியா முழுவதும் வைணவம் பரவியது.

புராண காலத்தில் தொடங்கிய வைணவம் ஆழ்வார்கள் காலத்தில் தமிழகத்தில் பெருமை பெற்றது. ஒன்பதாம் நூற்றாண்டில் நாத முனிவர் பிரபந்தங்களைத் தொகுத்து வெளிக்கொணர்ந்தார். சைவமரபில் உள்ள பன்னிரு திருமுறைகளைப் பார்த்து நாலாயிர திவ்விய பிரபந்தம் தொகுக்கப்பட்டது என்ற கருத்தும் உண்டு. அதனால் நாதமுனிகள் தற்கால ஸ்ரீவைணவத்தின் முதல் ஆச்சாரியராகக் கருதப்படுகிறார். நாலாயிர திவ்வியப் பிரபந்தம் பாடியவர்களில் ஆண்டாள் பெண்பாற் புலவர்.

திருமாலின் பத்து அவதாரங்களில் கிருஷ்ணாவதாரமே ஆழ்வார்களும் தமிழ்நாட்டு வைணவமும் தேர்ந்துகொண்ட அவதாரமாகும். இந்த அவதாரத்தில்தான் இறைவனின் "சௌலப்பய குணம்" (எளிவந்த தன்மை) நிரம்பி இருக்கிறது. அதன்படி பாட்டுடைத்தலைவனாக இறைவன் ஏழைகுலத்தில் பிறந்து வளர்ந்தவன். அவன் திருடுகிறான், கடுமையான உடல் உழைப்பு உடையவனாக இருக்கிறான்; எனவே பெருந்தீனிக்காரனாகவும் இருக்கிறான். பகலெல்லாம் குடையும் செருப்பும் குழலும் கொண்டு மாடுமேய்த்துவிட்டு அந்திப்பொழுதில் வீடு திரும்புகிறான் (தொ. பரமசிவம் 1995:63).

இங்கு இறைவனின் எளிமை போற்றப்படுகிறது. இராமானு சருக்குப் பின்வந்தவர்கள் பிறவியினால் கற்பிக்கப்படும் உயர்வு இழிவுகளை ஏற்றுக்கொள்வதில்லை. தமிழ்நாட்டு வைணவம் சாதிக்கோட்பாட்டையும் தீண்டாமைக் கோட்பாட்டையும் புறந்தள்ளிவிட்டு, எளிய மக்களிடையே தங்கள் மதத்தை நிறுவ முயன்றிருப்பது தெரிகிறது. இதன் விளைவாகவே வைணவ மதத்தின் ஜீயரிடம் வைணவ தீட்சை (திருவடிசம்பந்தம்) பெற்றுக்

கொண்டவரிடையே சாதி ஏற்றத்தாழ்வுகள் கடைப்பிடிக்கப்படுவது இல்லை. இன்றளவும் இது ஒரு ஏற்றத்தாழ்வு நடைமுறை உண்மையாகும் (தொ. பரமசிவம் 1995:66). வைணவத்தில் சாதி ஏற்றத்தாழ்வு குறைவு என்ற கருத்தினை தொ.ப. முன்வைக்கிறார்.

ஆழ்வார்களின் பாடல்களில் உள்ள பாகவதக்கதைகளை (கிருஷ்ணாவதாரத்தின் ஆயர்ப்பாடிகள்) முதற்கட்டமாகக் காணலாம். இரண்டாவது கட்டமாக இராமாயணம், மகாபாரதம் என்ற பெருங்கதையாடல்களை முன்வைத்த காலப்பகுதி. மூன்றாவதாகக் கீதை உரைத்த கண்ணனை முன்னிலைப்படுத்தியது. பன்னிரு ஆழ்வார்களின் பாசுரங்களிலும் கீதையைப் பற்றிய குறிப்பு "மாயன் அன்று ஓதிய வாக்கு" எனத் திருமழிசை ஆழ்வாரின் ஒரே ஒரு பாசுரத்தில் மட்டுமே வருகின்றது. (தொ.ப. பரமசிவம் 2005:34).

வைணவக் கோயில்களில் கருவறையில் பூசை செய்வோரில் ஒரு பிரிவினர் "வைகானசர்". இவர்கள் "ஆழ்வார்கள்" என்ற பெயரில் கோயிலுக்கு உள்ளாக திருநிலைப்படுத்தப் பட்ட சன்னதிகளை ஏற்றுக்கொள்ளமாட்டார்கள். இவர்கள் சாதி மேலாண்மை கொண்டோர். மறுதரப்பினர் "பாஞ்சராத்ரிகள்" என அழைக்கப்படுபவர். பாஞ்சராத்திர ஆகமங்களை இறைவனே ஐந்து இரவுகளில் வெளிப்படுத்தி அருளினான் என்பது பாஞ்சராத்திரிகளின் நம்பிக்கையாகும். ஆழ்வார்களின் புனிதத்தை வைகாசனர் ஏற்றுக் கொள்ள மறுத்துவிட்டனர். பாஞ்சராத்திர பிராமணர்கள் சங்கு சக்கரத்தைத் தம் தோள்களில் பொறித்துக் கொள்வர். சங்கு சக்கரத்தைத் தோள்களில் பொறித்துக் கொள்ளும் தீட்சையை வைகாசனப் பிராமணர் ஏற்றுக் கொள்வதில்லை. இவர்கள் மற்றவர்களை "ராமானுஜ மதஸ்தார்" என்று குறைவாகக் கூறுவர். வேதப் புனிதத்தைப் போலவே சமஸ்கிருதப் புனிதத்தையும் கொண்டாடிய காரணத்தால் தமிழில் பாடல்கள் பாடிய ஆழ்வார்களை வைகானசர் ஏற்றுக்கொள்ளவில்லை. எண்ணிக்கை வலிமையினால் பாஞ்சராத்திரப் பிராமணர்களும் கோயிலுக்குள் சென்று பூசனை செய்தனர். சோழப் பேரரசு காலத்தில் வைணவக் கோயில்கள் பெரும்பாலும் வைகானசம் சார்ந்தே அமைக்கப்பட்டன. வைணவமும் இன்று வரை பிராமண வைணவமாகத்தான் உள்ளது.

இசுலாம், கிறித்தவம்:

மாலிக்காபூரின் படையெடுப்போடுதான் இசுலாம் தமிழ்நாட்டில் பரவியது என்பது "இந்து" வரலாற்று ஆசிரியர்களின் கருத்தாகும். ஆனால் கி.பி.9 ஆம் நூற்றாண்டு முதலாகவே (இன்றைய கேரளம்

உள்ளிட்ட) தமிழ் நாட்டில் "அஞ்சுவண்ணம்" என்ற இசுலாமிய வணிகக்குழுவும், மணிக்கிராமம் என்ற பெயரில் யூதர்களின் வணிகக் குழுவும் இருந்ததற்கான கல்வெட்டுச் சான்றுகள் இருக்கின்றன. அராபியர்களைச் "சோனகர்" என்ற பெயராலும் தமிழ் கல்வெட்டுக்கள் குறிப்பிடுகின்றன (தொ. பரமசிவம் 2005:49). கி.பி.1378 இல் விசயநகர அரசின் பிரதிநிதியான குமாரகம்பண்ணர் மதுரையைக் கைப்பற்றினார். இசுலாமிய மதத்தை எதிர்த்துப் பிறந்த விசயநகர ஆட்சியதிகாரம் வைதீகத்திற்குக் கிடைத்த வெற்றியாகும் (தொ.பரமசிவம் 2005:50). இக்கால கட்டத்தில் சித்தர் மரபும் நகர எல்லைகளைத் தொடாமல் மக்களோடு கலந்தது.

பதினாறாம் நூற்றாண்டில் தென்தமிழ் நாட்டுக் கடற்கரைப் பகுதியில் கத்தோலிக்கக் கிறித்தவம் கால்கொண்டது. இசுலாமும் கத்தோலிக்க கிறித்தவமும் தமிழ்நாட்டில் நிலைகொண்ட பிறகே சீர்திருத்தத் திருச்சபை (Protestantism) தமிழகத்தின் தென்கோடியில் பரவத் தொடங்கியது. ஒடுக்கப்பட்ட நாடார் இனமக்கள் கிறித்தவத்தால் ஈர்க்கப்பட்டனர். கிறித்தவ மதத்திலும் சாதி வேற்றுமை மிகுந்திருந்தது. தமிழகத்தில் எல்லா மதங்களும் சாதியைத் தக்கவைத்துக் கொண்டுள்ளன. சிறுபான்மையினர் என்ற ஒரு புள்ளியில் இணைந்து அரசியல் ரீதியாகச் செயல்படுகின்றனர். சாதிய மேலாண்மை வெளிநாட்டிலிருந்து வந்த மதங்களிலும் ஒட்டிக்கொண்டுள்ளது என்பதே உண்மை.

நாட்டார் தெய்வங்கள்:

"தெய்வங்களும் சமூக மரபுகளும்" என்ற நூலில் சிறு தெய்வநெறிகள் குறித்து தொ.பரமசிவம் தனது கருத்துக்களைப் பதிவு செய்கிறார் (தொ. பரமசிவம் 1995:109-121). சிறுதெய்வம் என்ற சொல் அப்பர் தேவாரத்தில் "சென்று நாம் சேரோம் அல்லோம்" என்று இடம்பெறுகிறது. பொதுவாகப் பிராமணரல்லாத எல்லாச் சாதியினரும் சிறு தெய்வ வழிபாட்டை உடையவர் ஆவர். சிறுதெய்வக் கோயில்களின் அளவு மிகச் சிறியது. சிறு தெய்வ கோயில்களில் ஒரு தெய்வம் அல்லது மூன்றிலிருந்து இருபத்தொரு தெய்வங்கள் வரை இருக்கும். பெரும்பாலும் வீரவழிபாட்டுத் தெய்வங்களாகவும், கொலையில் உதித்த தெய்வங்களாகவும் உள்ளன. பிராமணர் அல்லாதார் இக்கோயில்களில் பூசாரியாக இருப்பர். சாமியாடுதல் முக்கிய செயல்பாடாக உள்ளது. விழாக்களில் இரத்தபலி, படையல் இடம்பெறும். இக்கோயில்களில் நேர்த்திக் கடன்களை மக்கள் நிறைவேற்றுவர்.

அழகர் கோயில் திருவிழாவில் இணைந்துள்ள நாட்டுப்புற வழிபாட்டுக் கூறுகளை தொ. பரமசிவம் ஆராய்ந்துள்ளார். (1989:190-211) பதினெட்டாம்படிக் கருப்பசாமி பற்றிய செய்திகளைத் தொகுத்துக் கூறுகின்றார் (தொ.பரமசிவம் 1989:227-245). தாய்த் தெய்வம், பழையனூர் நீலி கதை, உலகம்மன், வள்ளி போன்ற பெண் தெய்வங்களின் வழிபாட்டினை உற்றுநோக்கி ஆய்ந்து "தெய்வம் என்பதோர்" நூலில் கட்டுரைகள் எழுதியுள்ளார் (தொ. பரமசிவம் 2006).

இந்த நாட்டார் தெய்வ வழிபாடுகள், தமிழக மக்களின் பண்பாட்டின் அடையாளமாக உள்ளன என்பதை உணரச்செய்கின்றார் தொ.ப. "இந்த நூலின் பெரும்பாலான கட்டுரைகள் தெய்வங்களைப் பற்றியவை, கள ஆய்வு சார்ந்தவை. தெய்வங்களைப் பற்றிப் பேசாமல் ஒரு பண்பாட்டினை ஆய்வு செய்ய இயலாது. வள்ளலார், பாரதி, பெரியார் குறித்த கட்டுரைகள் சங்க காலப் பண்பாட்டின் இயங்குதளங்களைப் பின்னணியாகக் கொண்டவை" என்று என்னுரையில் பதிவு செய்கின்றார் தொ. பரமசிவம் (2006). சைவமும் வைணவமும் நாட்டார் தெய்வ மரபுகளைக் கீழானவை என்றே புறந்தள்ளின. ஆகம வழிபட்டு பெருந்தெய்வ நெறிகள் நாட்டார் தெய்வங்களை ஒருபுறமாக நின்று தீர்த்தன; மறுபுறமாகப் பழித்து ஒதுக்கின (தொ. பரமசிவம் 2005:24). நாட்டார் தெய்வ வழிபாட்டைப் பெருமரபு வெறுத்து ஒதுக்குவதும் பல இடங்களில் தன்வயமாக்குதலும் தொடர்ந்து நடைபெற்று வருகிறது.

மனிதன் இயற்கையின் செயல்பாடுகளைப் புரிந்து கொள்ள முடியாது தவித்தபோது கடவுள் நம்பிக்கை உருவாகியது. அதுவே மதங்கள் தோன்றக் காரணமாயிற்று. தமிழர்கள் இயற்கை வழிபாடு, முன்னோர் வழிபாட்டிலிருந்து மதவழிபாட்டிற்குச் செல்கின்றனர். சமண, பௌத்த மதங்கள் கி.பி.ஏழாம் நூற்றாண்டுவரை, தமிழகத்தில் பரவி இருந்தது. அவற்றின் துறவு முறையும் பழக்க வழக்கங்களும் தமிழ்ப் பண்பாட்டிற்கு ஏற்றதாக இல்லாத காரணத்தால் மக்களின் செல்வாக்கை இழந்தன.

சைவம், வைணவம் ஆகிய இரண்டு மதங்களும் கி.பி. ஏழாம் நூற்றாண்டுக்குப்பின் மக்கள் செல்வாக்கும் அரசின் ஆதரவும் பெற்றன. சைவ மதம், வைதீக சைவம், தமிழ்ச் சைவம் என இரண்டு நிலைகளில் பரவியது. வைதீக சைவம் அரசின் செல்வாக்கால் கோயில் கருவறையைக் கைப்பற்றிக்கொண்டது. வைணவமும் வைதீக அல்லது பிராமண வைணவம், தமிழர் வைணவம் என்று இரண்டு நிலைகளில்

மக்களிடம் சென்றது. இச்சைவ, வைணவப் பிரிவுகளைப் பார்ப்பனர் சைவம், பார்ப்பனர் வைணவம், தமிழர் சைவம், தமிழர் வைணவம் என அறிஞர்கள் பகுத்து ஆய்ந்தனர். இன்றும் கோயில்களில் பார்ப்பனீயமே முக்கியத்துவம் பெற்றுள்ளது. மேலாதிக்க சைவ, வைணவத்திலிருந்து விடுபடவும், ஒடுக்குமுறையிலிருந்து விடுபட்டு சம உரிமை பெறவும் தமிழர்கள் இசுலாம், கிறித்தவம் போன்ற மதங்களுக்குள் சென்றனர். அங்கும் சாதி வேறுபாடுகள் ஏற்றத்தாழ்கள் இருப்பதை உணர்ந்தனர்.

மக்கள் தெய்வங்களாகிய நாட்டார் தெய்வங்களைத் தமிழர்கள் தொடர்ந்து வழிபட்டு வந்தாலும் அவையும் மேல்நிலை ஆக்கம் பெற்று வைதீக மரபை நோக்கிச் சென்று கொண்டிருக்கின்றன. இதனால் சாதிய ஏற்றத்தாழ்வும், தீண்டாமையும் தெய்வ வழிபாட்டில் உருவாக்கப்பட்டு விடுகின்றன. மக்களிடம் மார்க்சிய சிந்தனையும், பெரியாரியமும் விளம்பு நிலை கோட்பாடுகளும் தொடர்ந்து எடுத்துரைக்கப்பட்டு வருகின்றன. அரசியல்வாதிகள் மதங்களையும், சாதிகளையும் வாக்கு வங்கிகளாக மாற்றுவதில் மிகுந்த கவனமாகச் செயல்பட்டு வருகின்றனர். தமிழர்களின் இயற்கை வழிபாடு, நாட்டார் வழிபாடு, சைவம், வைணவம் எல்லாம் இணைக்கப்பட்டு இந்து மதமாகக் காட்டப்படுகிறது. பிறவழிபாட்டு முறைகள் அரசியலுக்காக ஒன்றாக இணைக்கப்பட்டு சிறுபான்மை மதங்கள் என்று முன்னிறுத்தப்படுகின்றன. தமிழர்கள் இன்று சமயச் சிக்கலில் மாட்டிக்கொண்டு பிளவுபட்டு நிற்கின்றனர்.

பெரியாரியச் சிந்தனையின் அடிப்படையில், மதத்தின் பெயரால் ஏற்படும் பதற்றங்கள், இரத்தக் களரிகள் பிறவகை வன்முறைகள் அனைத்திற்கும் "இந்து" என்ற கருத்தியலே மையமாகத் திகழ்கிறது என்பார் தொ. பரமசிவம் (தொ. பரமசிவம் 2006 16/104). உலகில் நடைபெற்ற போர்களில் பெரும்பாலானவை மதத்தின் அடிப்படையில் நிகழ்ந்தவையே. பேரா.தொ.பரமசிவம் ஒட்டுமொத்த ஆய்வுச் சிந்தனையில் இவற்றைக் காணமுடிகிறது. பேரா. தொ.பரமசிவம் தனது ஆய்வுக்கு மார்க்சியம், பெரியாரியம், விளிம்புநிலை கோட்பாடுகளைக் கையில் எடுத்துக்கொண்டார். பெரியார் கொள்கையில் மிகுந்த பற்றுடையவர் தொ. பரமசிவம். ஆனால் மக்களது தெய்வங்களாகிய நாட்டார் தெய்வங்களைப் புறந்தள்ள விரும்பவில்லை. பெரியாரிய வழியில் சமய ஒற்றுமைக்கு வழிகாண விரும்புகிறார்.

துணை நின்ற நூல்கள்:

தொ.பா. பரமசிவம் - நூல்கள்

1. "அழகர்கோயில்"- மதுரை காமராசர் பல்கலைக்கழகம்; முதற்பதிப்பு - 1989

2. "தெய்வங்களும் சமூக மரபுகளும்" - நியூ செஞ்சுரி புக் ஹவுஸ் (பி) லிட்., முதற்பதிப்பு - ஜனவரி 1995

3. "அறியப்படாத தமிழகம்" - ஜெயா பதிப்பகம் - பாளையங்கோட்டை; முதற்பதிப்பு - அக்டோபர் 1997

4. "சமயங்களின் அரசியல்" - சங்கு வெளியீடு, சென்னை; முதற்பதிப்பு - ஆகஸ்ட் 2005

5. "தெய்வம் என்பதோர்..." - யாதுமாகி பதிப்பகம் - பாளையங்கோட்டை; முதற்பதிப்பு - 2006

6. "வழித்தடங்கள்" - யாதுமாகி பதிப்பகம் - பாளையங்கோட்டை; முதற்பதிப்பு - ஜனவரி 2008

7. "வழித்தடங்கள்" - மணி பதிப்பகம் - பாளையங்கோட்டை; 2-ம் பதிப்பு ஜனவரி 2012

8. "நான் இந்துவல்ல நீங்கள்...?" - யாதுமாகி பதிப்பகம் - பாளையங்கோட்டை; 2002 பதிப்பு

9. "இதுதான் பார்ப்பனியம்" - மணி பதிப்பகம் - பாளையங்கோட்டை; 4-ம் பதிப்பு சூலை 2014

10. "இந்து தேசியம் - மணி பதிப்பகம் - பாளையங்கோட்டை; 2-ம் பதிப்பு சூலை 2014

முனைவர் வே. கட்டளை கைலாசம்
தமிழ்த்துறைத் தலைவர் (பணி நிறைவு)
ம.தி.தா. இந்துக்கல்லூரி, திருநெல்வேலி

பேராசிரியர் தொ.ப.வின் 'அழகர் கோவில்' ஆய்வு

ஆ.சிவசுப்பிரமணியன்

தமிழக வரலாற்றில் இடம் பெறும் முக்கிய நிறுவனங்களுள் கோயிலும் ஒன்று. சங்க இலக்கியங்களில் கோயில் என்ற சொல்லாட்சி இடம் பெற்றுள்ளது. எனினும் இச்சொல்லாட்சி இறைவன் உறைவதாக நம்பும் இடத்தைக் குறிப்பதாகப் பரவலாக இடம் பெறவில்லை. பெரும்பாலும் ஆளுவோன் வாழும் அரண்மனையைக் குறிக்கும் சொல்லாகவே இடம் பெற்றுள்ளது. கற்களாலும் செங்கற்களாலும் கட்டப்பட்ட கோயில்கள், பாறைகளைக் குடைந்து கட்டப்பட்ட குடைவரைக் கோயில்கள் முற்காலப் பாண்டியர் ஆட்சியிலும் பல்லவர் ஆட்சியிலும் பரவலாக அறிமுகம் ஆகத்தொடங்கியுள்ளன. திட்டமிட்டுக் கட்டப்பட்ட கோயில்கள் குறித்த இலக்கியப் பதிவு சிலப்பதிகாரத்தில் காணப்படுகின்றது. கோட்டம் என்ற பெயரில், புகார் நகரில் இருந்த பல்வேறு கோயில்களைச் சிலப்பதிகாரம் குறிப்பிடுகிறது. சைவ, வைணவக் கோயில்கள், குறித்த கல்வெட்டுப் பதிவுகள் பல்லவர் ஆட்சி தொடங்கி பிற்காலச் சோழர், விஜயநகரப் பேரரசுக் காலம்வரை தொடர்ச்சியாகக் கிடைக்கின்றன. இக்கல்வெட்டுகளின் துணையுடன் பார்க்கும்பொழுது கோயில் என்பது வழிபடும் இடமாக மட்டுமின்றி, சமூகப் பொருளாதார நிறுவனமாகவும் வளர்ச்சி பெற்றிருந்ததை அறியமுடிகிறது. அதிலும் பிற்காலச் சோழர் ஆட்சியின்போது கோயில் பொருளாதாரம் என்று குறிப்பிடத்தக்க அளவுக்குப் பொருளாதார நிலையில் கோயில்கள் ஏற்றம் பெற்றிருந்தன. அத்துடன் சமூக வாழ்விலும் அவற்றின் தாக்கம் மிக்கிருந்தது. கோயில் என்பது அது இருக்கும் ஊருடனும், அதில் உறைவதாக மக்கள் நம்பும் கடவுளுடனும் நெருக்கமான தொடர்புடையது. இதனால் ஓர் ஊரின் சிறப்புக்கு அங்குள்ள கோயில் காரணமாக அமைந்தது. கவி புனையும் ஆற்றல் கொண்ட இறையடியார்களால் பாடப்பட்ட கோயில்கள்

சிறப்புக்குரியனவாயின. சைவ சமயத்தில் அப்பர், சம்பந்தர், சுந்தரர் ஆகிய மூவரும் பல்வேறு சைவத்தலங்களுக்குப் பயணித்து அங்குள்ள கோயிலில் உள்ள இறைவனைப் புகழ்ந்து பாடியுள்ளனர். இவர்களால் பாடப்பட்ட கோயில்கள் உள்ள 276 ஊர்கள் பாடல் பெற்ற தலம் என்று பெயர்பெற்றுள்ளன. (நேரில் செல்லாது பாடலில் பதிவுசெய்த ஊர்கள் வைப்புத் தலம் என்றழைக்கப்படும்) இது போன்று ஆழ்வார்களால் பாடப்பட்ட வைணவத் தலங்கள் மங்களாசாசனம் செய்யப்பட்ட தலங்கள்' என்றழைக்கப்படும்

கோயில் வரலாறு

சைவ, வைணவக் கோயில்களை மையமாகக்கொண்டு வரலாறுகள் பல உருவாகியுள்ளன. இவை உண்மை நிகழ்வுகளையும், மீவியற்கை நிகழ்வுகளின் கலவையாகவும் அமையும் தன்மையன. அறுபத்துமூன்று நாயன்மார்களின் வரலாறைக் கூறும் சேக்கிழார் எழுதிய பெரியபுராணம் எனும் திருத்தொண்டர் புராணம் அடியார்களின் வரலாற்றுடன் தலவரலாறுகளையும் பதிவுசெய்துள்ளது. தலபுராணம் என்ற பெயரிலான புராணங்கள் ஒரு தலத்தில் இடம்பெற்றுள்ள கடவளரையும் கோயில்களையும் மட்டுமின்றி பெயருக்கு ஏற்றார் போன்று அத் தலத்தின் வரலாற்றையும் மீவியற்கைச் செய்திகளின் கலவையாய் வெளிப்படுத்துவன.மகாத்மியம் என்ற பெயரில் ஒரு தலத்தின் மகிமையைக் கூறும் நூல்கள் பெரும்பாலும் வடமொழிப் புராணங்களை உள்வாங்கியனவாகவே இருக்கும் தன்மையன. ஒழுகு என்ற பெயரிலான நூல்கள் குறிப்பிட்ட கோயில்களின் நடைமுறைகளைக் கூறுவனவாக அமையும். இவ்வகையில் மீவியற்கைச் செய்திகளின் தாக்கம் குறைவாகவே இருக்கும்.

வரலாற்றாளர்களும் கோவிலும்

மேற் கூறிய கோயில் வரலாறுகள் வரலாற்று வரைவு சாராதவை. வழிபடுவோனின் நம்பிக்கையைச் சார்ந்து எழுதப்படுபவை. இந் நம்பிக்கை எல்லையைக் கடந்து ஆய்வுக்குரிய பல செய்திகள் பெரும் பாலான தமிழ்நாட்டின் கோயில்களில் உண்டு. இவற்றை எல்லாம் பக்தி உணர்வால் மட்டுமே வெளிப்படுத்த முடியாது. ஒரு குறிப்பிட்ட கோயிலில் வெளிப்படும் கட்டிடக்கலை, காணப்படும் சிற்பங்கள், ஓவியங்கள், இடம்பெற்றுள்ள உலோகப்படிமங்கள், அணிகலன்கள், கல்வெட்டுகள், வழிபாட்டுமுறை, படையல் பொருள், நடைபெறும் திருவிழாக்கள், உடைமையான சொத்துகள், வருவாய் இனம், பணியாளர்களின் வேலைப்பிரிவினை என்பனவெல்லாம் வரலாற்றுச் செய்திகளை உள்ளடக்கியிருக்கும் தன்மையன. அத்துடன் கோயில்

என்ற அமைப்பிற்கு வெளியே வாழும் பல்வேறு மக்கள்பிரிவினருக்கும் கோயிலுக்கும் இடையிலான உறவும் ஆய்வுக்குரிய ஒன்றாகும்.

இச்செய்திகளின் அடிப்படையில் நோக்கும் போது கோயில் ஆய்வென்பது பல்வேறு அறிவுத்துறைகளின் துணையுடன் நடத்தப்பட வேண்டிய ஒன்று என்பது புலப்படும்.

அழகர்கோயில்

இக்கட்டுரையின் தொடக்கத்தில் குறிப்பிட்ட, மங்களா சாசனம் பெற்ற வைணவக் கோயில்களில் ஒன்று அழகர்கோயில். பூதத்தாழ்வார், பெரியாழ்வார், ஆண்டாள், நம்மாள்வார், திருமங்கை யாழ்வார் ஆகிய அய்ந்து ஆழ்வார்கள் இத்தலத்தைப் பாடியுள்ளார்கள். இவர்களுக்கு முன்னரே "மாலிருங்குன்றம்" என்று பரிபாடலும்," "திருமால் குன்றம்" என்று சிலப்பதிகாரமும் அழகர் கோயிலைக் குறிப்பிட்டுள்ளன. இத் தொன்மை வாய்ந்த அழகர் கோயிலை முனைவர் பட்டத்திற்கான ஆய்வுப் பொருளாக்க் கொண்டு1976-1979 ஆம் ஆண்டுகளில் பேராசிரியர் தொ.பரமசிவன் நிகழ்த்திய ஆய்வு "அழகர் கோயில் " என்ற பெயரில் நூல் வடிவம் பெற்றுள்ளது.

தம் ஆய்வின் வழி அவர் வெளிப்படுத்தும் சில முக்கிய செய்திகளை மட்டும் அறிமுகம் செய்வதே இக்கட்டுரையின் நோக்கமாக அமைகிறது.

முந்தைய வரலாறு

முருகன் என்ற கடவுளைப் பாட்டுடைத் தலைவனாகக் கொண்ட திருமுருகாற்றுப்படை என்னும் நூல் சங்க இலக்கியத்தொகுப்பான பத்துப்பாட்டு நூலகளில் ஒன்றாகும் .இந்நூலில் இடம் பெற்றுள்ள "பழமுதிர்ச்சோலை மலைக் கிழவோனே" என்ற தொடர் அழகர் கோயிலைக் குறிக்கிறது என்பது சைவர்கள் சிலரின் கருத்தாக உள்ளது. ஆனால் இக் கருத்தை ஏற்றுக்கொள்ளாத சைவர்களும் உண்டு. சைவ சமயத்தவரும் சைவசமயம் குறித்த நூலை எழுதியவருமான மா.இராசமாணிக்கனார் இக் கருத்தை ஏற்றுக்கொள்ளாதவராகவே உள்ளார். இச்சிக்கல் குறித்து இந்நூலின் இறுதியில் விவாதிக்கும் போது இவரது கருத்தை முன்வைத்து அதை ஏற்றுக்கொள்ளவும் செய்கிறார்.

நூலின் இரண்டாவது இயலில் இக் கோயிலின் வரலாற்று மூலத்தை ஆராயும்போது இக்கோயிலானது தொடக்கத்தில் பௌத்தர்களின் கோயிலாக (பௌத்த விஹாரம்) இருந்துள்ளது என்று மயிலை. சீனி.வேங்கடசாமி கூறியுள்ள கருத்தை முன்வைத்து

அதை நிலை நிறுத்தும் வகையிலான் சான்றுகளை முன்வைத்து விவாதித்துள்ளார். சமணமும் பௌத்தமும் புறமதங்களாக, சைவத்தாலும் வைணவத்தாலும் பார்க்கப்பட்டதற்கான சான்றுகள் தேவாரம். நாலாயிர திவ்வியபிரபந்தம் ஆகிய நூல்களில் இடம் பெற்றுள்ளன. இவற்றிற்கு இடையிலான பூசலின்போது ஒரு சமயத்தின் வழிபாட்டுத்தலங்கள் மற்றொரு சமயத்தலங்களாகா மாற்றியமைக்கப் பட்டுள்ளன. இதன் அடிப்படையில் பௌத்தக் கோயில் ஒன்றே அழகர் கோயில் என்ற வைணவக் கோயிலாக மாற்றியமைக்கப் பட்டுள்ளதாக மயிலையார் கருதுவதுடன் அதற்கான சான்றுகளை முன்வைத்துள்ளதையும் சுட்டிக்காட்டியுள்ளார். அவை வருமாறு:

(1) அழகர்கோயிலில் பெரியாழ்வார் நந்தவனம் என்ற பெயரில் நந்தவனம் ஒன்றுள்ளது. இதற்கெதிரில் "ஆரமத்துக்குளம்" என்ற பெயரில் குளமொன்றுள்ளது. பௌத்த பிட்சுக்கள் வசிக்கும் இடமே இப்பெயரில் அழைக்கப்படும் .

(2) இக் கோயிலின் பழைய தலமரம் (ஸ்தல விருட்சம்) அரசமரம் ஆக இருந்துள்ளது. போதிமரம் என்று பௌத்தர்களால் அழைக்கப்படும் அரசமரத்தின் அடியில் அமர்ந்தே புத்தர் ஞானோதயம் பெற்றார் என்பதால் இம் மரம் பௌத்தர்களின் புனித மரமாகும் .

(3) சமணர் ,பௌத்தர்களின் வழிபாட்டுத்தலங்களை வைணவர்கள் கைப்பற்றும்போது நரசிம்ம மூர்த்தியின் உருவத்தை நிறுவுவது வழக்கம். அழகர் கோயிலிலும் நரசிம்ம மூர்த்தி தனித்தன்மையுடன் இருப்பதை மயிலையாரும் தொ.ப.வும் கள ஆய்வுச் சான்றுகள், வைணவ இலக்கியச் சான்றுகள் என்பனவற்றின் துணையுடன் நிறுவியுள்ளனர்.

(4) திருமாலின் பதினாறு படைக்கருவிகளுள் ஒன்று திருவாழி (சக்கரம்) ஆகும். வைணவர்கள் திருவாழியை ஓர் ஆழ்வாராக (திருமாலின் அடியாராக)ஏற்றுக் கொண்டுள்ளனர். அழகர் கோயிலில் இவருக்கென தனிக் கருவறை உள்ளது. இக்கோயிலில் உள்ள கல்வெட்டு ஒன்றின் மூலம் தொடக்கத்தில் மலைமேல் இருந்த திருவாழிக் கோயிலே, பின்னர் இக்கோயிலினுள் தனிக் கருவறையாக ஆகியிருக்கும் என்று கருத இடமளிக்கிறது. மலைப்பகுதியில் பௌத்தர்களுக்கெதிராகத் தம் உரிமையை நிலைநிறுத்த வேண்டிய தேவையினால், தொடக்கத்தில் திருவாழிக்கென்று தனிக்கோயில் மலைமேல் நிறுவப்பட்டிருக்க வேண்டும் என்பது தொ.ப.வின் கருத்தாகும்.

(5) அழகர் கோயிலில் மூலவராக விளங்கும் திருமால், "கையில் சக்கரத்தைச் சுற்றிச் செலுத்தும் நிலையில் (பிரயோக நிலையில்) வைத்துள்ளார். வழிபடும் அடியாருக்கு அருள் சுரக்கும் இறைவன் எதிரிகளை அழிக்கச் செலுத்தும் சக்கரத்தை ஆயத்த நிலையில் வைத்திருப்பது யாரோ ஒரு பகைவனை அழிப்பதற்காகவே இருக்கமுடியும். பொதுவாக, வைணவக் கோயில்களில் திருமாலின் கையில் சக்கரம் அணியாகவே விளங்கும்; செலுத்தும் நிலையில் இருப்பதில்லை. இக்கோயிலில் இது ஒரு விதிவிலக்கான செய்தியே" என்று தொ.ப. கூறும் கருத்தும் பொருள் பொதிந்த ஒன்றாக உள்ளது (திரு.அத்வானி நடத்திய இரத யாத்திரையில் இடம் பெற்றிருந்த இராமரது ஓவியத்தில் வழக்கமான வில் ஏந்திய இராமர் உருவத்திற்கு மாறாக நாண் ஏற்றிய வில் ஏந்திய இராமரது உருவம் இடம் பெற்றிருந்ததைப் பேராசிரியர் கே.எம்.பணிக்கர் சுட்டிக்காட்டியிருந்தார்.)

(6) சமயப் போராட்டக்களமாக இக்குன்றுப் பகுதி விளங்கியுள்ளதைப் பரிபாடல், ஆழ்வார்கள் பாடல்கள், இப்பாடல்களுக்கான உரைகள், தலபுராணக் குறிப்புகள் என எழுத்துச் சான்றுகளின் துணையுடன் இது பௌத்தக் கோயிலாக இருந்துள்ளது என்ற கருத்திற்கு தொ.ப. வலுவூட்டுகிறார்.

(7) தமிழ்நாட்டில் உள்ள சைவ வைணவக் கோயில்களில் உள்ள கருவறைகளைத் தனிப்பெயர் சுட்டி அழைக்கும் மரபு இல்லை. இத் தலம் குறித்த நம்மாள்வார் பாசுரத்தில் "நங்கள் குன்றம்" என்ற சொல் இடம் பெற்றுள்ளது. இச்சொல்லால் இக்கோயிலின் கருவறை அழைக்கப்படுகிறது. இது "நம்முடைய குன்றம்" என்ற பொருளை வெளிப்படுத்தும் உரிமை சுட்டும் பெயராக அமைகிறது என்பது தொ.ப.வின் கருத்தாகும். பௌத்தர்களுக்கும் வைணவரகளுக்கும் இடையே இக்கோயில் உரிமை பற்றிய பிணக்கின் வெளிப்பாடு என இதைக், கருதலாம்.

(8) கருவறையின் அமைப்பும் பௌத்த சமயத்துடன் இக் கோயிலை இணைப்பதாகவே உள்ளது.

இச்செய்திகளின் அடிப்படையில் பதினைந்தாம் பரிபாடல் ஆசிரியர் இளம்பெருவழுதியார் காலத்தில் அல்லது அதற்கும் சற்று முன்னர் பௌத்தக் கோயில் வைணவக் கோயிலாக மாற்றப்பட்டி ருக்கிறது என்ற முடிவுக்கு இவர் வருகிறார்.

அழகர் கோயிலின் பூர்வீகம் ஒரு பௌத்தக் கோயில் என்ற

மயிலை சீனி.வேங்கடசாமி முன்வைத்த கருத்தை உறுதி செய்யும் வகையிலான ஆய்வினை முன்னெடுத்துச் சென்ற தொ.ப. முருகனது அறுபடைவீடுகளில் ஒன்றாக இக் கோயில் மீதான சைவர்களின் உரிமை கொண்டாடலையும் ஆய்வு செய்துள்ளார். ஆனால் இந்த ஆய்வானது அவரது ஆய்வைத் திசை மாற்றிவிடக் கூடாது என்று கருதி பிற்சேர்க்கையாகத் தந்துள்ளார் ."அறுபடை வீடுகளும் பழமுதிர்ச்சோலையும்" என்ற தலைப்பில் அவர் எழுதியுள்ள கட்டுரையில் அவர் வலியுறுத்தி உள்ள கருத்துக்கள் இவைதான்:

1) "அழகர்கோயில் பழமுதிர்ச்சோலை என்ற பெயரில் முருகன் திருப்பதியாக இருந்ததில்லை".

2) "தமிழ்நாட்டில் முருகன் திருப்பதிகள் சங்ககாலத்திலும் நிறைய இருந்தன. ஆனால் அறுபடை வீடு என்பது மக்களிடையே பிறந்த நம்பிக்கைதான்; வரலாற்று உண்மையன்று.முருகாற்றுப்படையின் அடிகளுக்குத் தவறான பொருள் கண்டதால் இந்த நம்பிக்கை வளர்ந்தது".

சமூகத் தொடர்பு

இந்நூலின் ஐந்தாவது இயல், அழகர்கோயிலும் சமூகத் தொடர்பும் என்பதாகும். இத்தலைப்பில சமூகம் என்பது, கள்ளர், ஆயர், மள்ளர், ஆதிதிராவிடர் என்ற அய்ந்து சாதிகளைக் குறிப்பதாக உள்ளது.

*1863*ஆவது ஆண்டைச் சேர்ந்த வருவாய்த்துறை ஆவணம் ஒன்றின் மூலம் *1815*இல் கள்ளழகர் கோயில் என்று இக்கோயில் அழைக்கப்பட்டுள்ளது தெரிய வருகிறது. சென்னை கீழ்த்திசைச் சுவடி நூலகத்திலுள்ள திருமாலிருஞ் சோலைமலை என்ற கையெழுத்துப்படி நூல் கள்ளழகர் கள்ளர்க்குரிய அழகப்பிரான் என்று குறிப்பிடுகிறது. உற்சவ மூர்த்தியாக மதுரைக்கு அழகர் எழுந்தருளும்போது அவரது திருக்கோலம் கள்ளர் திருக்கோலம் என்று அழைக்கப்படுகிறது. இத் திருக்கோலத்தில் அவரது தோற்றம் குறித்து, தொ.ப. பின்வருமாறு வருணித்துள்ளார்:

ஒரு கையில் வளதடி எனப்படும் வளரித்தடி. மற்றொரு கையில் வளரித்தடியும், சாட்டைக்கம்பும். ஆண்கள் இடுகின்ற ஒருவகையான கொண்டை, தலையில் உருமால், காதுகளில் அடிப்புறத்தில் கல்வைத்துக்கட்டிய வளையம் போன்ற கடுக்கன் இவற்றோடு காங்கு எனப்படும் ஒரு கறுப்புப் புடவை கணுக்கால் தொடங்கி இடுப்புவரை அரையாடையாகவும் இடுப்புக்கு மேல்

மேலாடையாகவும் சுற்றப்பட்டிருக்கும்

அழகரின் இத்திருக்கோலத்தில் இடம் பெறும் பொருட்கள் குறித்து விரிவாக ஆராய்ந்துவிட்டு, மதுரைக்கு மேற்கிலும், தென்மேற்குப் பகுதியிலும் வாழும் பிரமலைக் கள்ளர் சாதியின் ஆண்மகன் போலவே அழகர் தோற்றம் புனைந்து வருகிறார் என்ற முடிவுக்கு தொ.ப. வந்துள்ளார்.

இதன் தொடர்ச்சியாக, அழகர் ஊர்வலத்தைக் கள்ளர் சமுகத்தினர் வழிமறிக்கும் நிகழ்வுகுறித்தும் அது நிகழ்ந்த காலம் குறித்தும் ஆராய்ந்துள்ளார். (இது ஒருவகையில் மீண்டும் நிகழ்த்திக்காட்டடல் *(enactment)* சடங்கு எனலாம்)

இவ்வாறு அழகர்கோயிலுடன் தொடர்புடையவரகளாக, இச்சமூகத்தினர் விளங்கினாலும் வைணவ சமயத்தை ஏற்றுக்கொள்ளாதவர்களாகவே உள்ளனர். அழகர்கோயில் திருமாலைவிட அக்கோயிலுடன் இணைக்கப்பட்ட பதினெட்டாம் படி கருப்பசாமி வழிபாடே இவர்களிடம் செல்வாக்குப் பெற்றுள்ளது என்பது இவரது கருத்தாக உள்ளது. பெரியகருப்பன், சின்னக்கருப்பன், நல்ல கருப்பன் என்று மக்கட்பெயரிடல் இவர்களிடம் பெருவழக்காக இருப்பதையும் "கள்ளர்களின் குலதெய்வம் கருப்பசாமி" என்று டென்னிஸ் அட்சன் என்பவரும் கள்ளர் நாட்டிலேயே கருப்பசாமி பெரிதும் வழிபடப் பெறுகிறார் என்று ராதாகிருஷ்ணா என்பவரும் குறிப்பிட்டுள்ளதையும் தம் கருத்துக்குச் சான்றாகக் காட்டுகிறார்."

இடையர்கள் என்றழைக்கப்படும் ஆயர்சமூகம் தமிழ்நாட்டின் தொன்மையான சமூகங்களில் ஒன்று. இவரகள் பாண்டியரோடு தோன்றியதாக கலித்தொகை (104:4-6) குறிப்பிடுகிறது. முதலாம் இராசராசன் கட்டிய தஞ்சைப் பெருவுடையார் கோயில் கல்வெட்டுகளில், நெய்வழங்குவதாக ஒப்புக்கொண்டு ஆடுமாடுகளைப் பெற்றுக்கொண்ட நூற்றுக்கணக்கான இடையர்களின் பெயர்கள் இடம் பெற்றுள்ளன. இதே மன்னனின் காலத்தில் வெட்டப்பட்ட கல்வெட்டொன்று "இடையன் முத்தழி திருமாலிருஞ்சோலை" (அழகர்கோயில்) என்று குறிப்பிடுகிறது. அழகர்கோயிலின் நிர்வாகிகளாகச் செயல்படும் ஆண்டார், தோழப்பர் என்போருக்கு உதவியாளர்களகவும் விளங்கும் சமயத்தார் என்போரில் இச்சாதியினரும் இடம் பெற்றுள்ளனர். இக்கோயிலுக்கு மாட்டுடன் வந்து தமக்கும் மாட்டிற்கும் காணிக்கை செலுத்த வழிபட்டு மாட்டுடன் திரும்பிச் செல்லும் வழக்கம் உள்ளது. ஊருக்குத் திரும்பியவுடன் இம்மாட்டைக் கட்டிப்போடுவதில்லை. இது

மட்டுமின்றி காணிக்கையாக மாடு வழங்குவதும் உண்டு.

சித்திரைத் திருவிழாவின் போது மோர் விற்றுக்கொண்டிருந்த இடையர்குலப் பெண்ணொருத்தியிடம் மோர் வாங்கிக் குடித்த அழகர் திரும்பிவரும்போது காசு தருவதாகக் கூறிச் சென்றார். கையில் காசில்லாத நிலையில் கள்ளர் வேடம் புனைந்து திரும்பிச் சென்றுவிட்டாராம். அழகர் கள்ளர் வேடம் புனைவதற்கான காரணத்தைத் தம் சாதியுடன் இணைக்கும் முயற்சியின் வெளிப்பாடே இக்கதைவடிவம் என்பது தொ.ப.வின் கருத்தாகும்.

தென் தமிழ்நாட்டின் வைணவத் திருப்பதிகளில் பள்ளர் என்றழைக்கப்பட்ட மள்ளர் சாதியினரும், பறையர் என்றழைக்கப்பட்ட ஆதி திராவிடரும் வைணவத் திருப்பதிகளில் ஈடுபாடு காட்டாத நிலையில் அழகர்கோயிலில் இவ்விரு சாதியினரின் பங்களிப்பு குறிப்பிடத்தக்க அளவில் உள்ளது என்பது இவரது கருத்தாக உள்ளது. வைணவரகளின் புற அடையாளங்களான, நெற்றியில் திருமண்(நாமம்) இடுதல், மார்பில் துளசி மாலை அணிதல் என்பனவற்றுடன் கோவிந்த நாம முழக்கத்துடன் சாமியாடியவாறு கோயிலுக்கு வருகின்றனர். உழவுத் தொழிற்கருவியான கலப்பையை ஆயுதமாகக் கொண்ட பலராமன் திருமாலோடு இணைந்தவன் என்ற நிலையில் உழுதொழில் புரிந்துவந்த இம்மக்கள் பலராமன் வழிபாட்டை மேற்கொண்டிருக்க வேண்டும் என்றும் கருதுகிறார். பலராமன்(வாலியோன்) வழிபாடு குறித்த தனிக்கட்டுரை பின் இணைப்பாக இந்நூலில் இடம் பெற்றுள்ளது.

பலராமனின் நிறம் வெள்ளை என்பதுடன் வெள்ளை என்பது அவனது பெயரும் ஆகும். இதன் அடிப்படையில் வெள்ளைக்கண்ணு, வெள்ளைச்சாமி என்ற பெயர்கள் உருவாகியுள்ளது என்கிறார். இந்திர வழிபாடு வணிகர்களுக்குரியது, உழவர்களுக்குரியதல்ல என்ற கருத்தை சிலப்பதிகாரம் துணையுடன் முன்வைக்கிறார். உழவுத் தொழிலை மேற்கொண்டு வாழ்ந்த சமூகத்தினரை பலராமன் வழிபாட்டுவாயிலாக வைணவம் தன்னுள் ஈர்த்துக்கொண்டது என்பது இவரது கருத்தாக உள்ளது எனினும் இதற்கான சான்றுகள் மேலும் தேவை. வலையர் சமூகத்தினர்தான் பூமியில் புதைந்திருந்த அழகரின் திருமேனியைக் கண்டறிந்தார்கள் என்ற வழக்காறு வலையர்களிடம் உள்ளது. ஆயினும் வைணவ சமயச் சார்பு இவர்களிடம் துலக்கமாக இல்லை. கள்ளர் சமூகத்தினருக்கு இக்கோயிலில் கிடைத்த பங்கும் மரியாதையும் வலையர்களுக்குக் கிடைக்காமல் போனமை குறித்த ஆசிரியரின் ஆய்வு குறிப்பிடத்தக்கதாய் உள்ளது.

பிற செய்திகள்

இச்செய்திகள் தவிர கோயில் திருவிழாக்கள், சித்திரைத் திருவிழா குறித்த பழமரபுக்கதை, வர்ணிப்புப் பாடல்கள். நிறுவன சமயமான வைணவ சமயம் சார்ந்த அழகர் கோயிலில் நடை பெறும் திருவிழாவின் போது இடம் பெறும் நாட்டார் வழக்காறுகள்,கோயிற்பணியாளர்கள் என்பன குறித்த செய்திகளையும் சேகரித்து ஆய்வு நோக்குடன் அறிமுகம் செயதுள்ளார்.

பின் இணைப்பில் இடம் பெற்றுள்ள கட்டுரைகள், குறநூல்கள், வாய்மொழி இலக்கியங்கள், பட்டையங்கள், ஓலைச்சுவடி, கல்வெட்டுக் குறிப்புகள் என்பன குறிப்பிடத்தக்க அளவிலான ஆவணச்சேகரிப்புகளாக அமைந்துள்ளன. கோயில் குறித்த ஆய்வுக்கான தரவுகள் கோயிலுக்குள் மட்டுமில்லாமல் கோயிலுக்கு வெளியேயும் பரந்துவிரிந்த தளத்தில் உள்ளன.இங்கு கோயிலுக்கு வெளியே என்பது அரசு அல்லது தனியார் உருவாக்கிப் பாதுகாத்து வரும் ஆவணங்களை மட்டும் குறிப்பதாகாது. இவ்வுண்மையை உணர்ந்ததன் அடிப்படையில் தொ.ப. இந்நூலின் முன்னுரையில் "கோயில்கள் வழிமடும் இடங்களாக மட்டும் ஆகா.அவை சமூக நிறுவனங்களுமாகும். எனவே சமூகத்தின் எல்லாத்தரப்பினரோடும் கோயில் உறவு கொள்கிறது. ஒரு குறிப்பிட்ட கோயிலோடு அரசர்களும் உயர்குடிகளும் கொண்ட உறவினைப் போலவே ஏழ்மையும் எளிமையும் நிறைந்த அடியவர்கள் கொண்ட உறவும் ஆய்வுக்குரிய கருப்பொருளாக முடியும்." என்று குறிப்பிட்டுள்ளார். இதன் வெளிப்பாடாகவே மேற்கூறிய அய்நது சாதிகளுக்கும் அழகர்கோயிலுக்கும் இடையிலான உறவை அவர் ஆராய்ந்துள்ளார். நாட்டார் வழக்காறுகள் வரலாற்றாய்வுக்கான துணைச் சான்றுகளாகக் கொள்ளத் தக்கன என்ற உண்மையையும் வெளிப்படுத்தியுள்ளார்.

பண்பாட்டு ஆய்வாளர் பேரா.தொ.பரமசிவன் என்ற தொ.ப.

இரா.நாறும்பூநாதன்

"நம்ம ஊரு அம்மன் கோவில்களை உற்று நோக்கி இருக்கிறீர்களா நாறும்பூ" என்றார் தொ.ப. ஒருமுறை. எதற்காக இதைக் கேட்கிறார் என்று முதலில் புரியவில்லை. "அம்மன் எப்போதும் வடக்கு நோக்கியே இருக்கும் என்பதை கவனித்திருக்கிறீர்களா என்பதைத்தான் கேட்டேன்" என்றார். பிறகு அவரே தொடர்ந்தார்: "தமிழகம் மூன்று பக்கமும் கடலால் சூழப்பட்ட பகுதி. எனவே பகைவர்கள் வந்தால் 'வடக்கில்' இருந்தே வரவேண்டும். வடக்கில் இருந்து வரும் பகைவர்களிடம் இருந்து நம்மை காக்கவே அம்மன் எட்டு கரங்களில் ஆயுதங்கள் ஏந்தி சிங்கத்தின் மீதமர்ந்து வடக்கு திசை நோக்கி இருக்கிறது" என்று முடித்தார். இது தான் தொ.ப. தமிழகத்தின் பண்பாட்டு ஆய்வாளர்களுள் முதன்மையானவர்.

ரொம்ப சாதாரண வார்த்தை என்று நாம் நினைக்கும் ஒரு சொல்லின் முழுமையான அர்த்தத்தை அவர் விளக்கி சொல்லும்போது, அதன் பின்னால் உள்ள செய்திகள் நம்மை பிரமிக்கச்செய்யும்.

"குளித்தல்" என்ற சொல்லிற்கு உடம்பை தூய்மை செய்தல் அல்லது அழுக்கு நீக்குதல் என்பதல்ல பொருள். சூரிய வெப்பத்தாலும் உடல் உழைப்பாலும் வெப்பமடைந்த உடலை "குளிர்வித்தல்" என்பதே அதன் பொருள். "குளிர்தல்" என்ற சொல்லையே நாம் குளித்தல் என்று தவறாகப் பயன்படுத்துகிறோம் என்று விளக்கம் தருவார் தொ.ப.

தமிழகத்தில் உள்ள உழைப்பு சாதியார் மாலை நேரத்தில் குளிர்விக்கும் வழக்கமுடையவர்கள். மாடு மேய்த்து மாலையில் வீடு திரும்பும் கண்ணனை, யசோதா "நீராட்டமைத்து வைத்தேன். ஆடி அமுது செய்" என்று பெரியாழ்வார் பாடுவதை மேற்கோள் காட்டி சொல்லும்போது அட.. இது கூட தெரியாமல் நாம்

இருந்திருக்கிறோமே என்று தோணும்.

"நீராடுதலை" ஒரு கொண்டாட்டமாகக் கருதியவர்கள் தமிழர்கள். உலகில் வேறு எங்கும் நீராடுதல் பற்றி இலக்கியங்களில் பதிவு செய்ததாகத் தெரியவில்லை. நீராடற்பருவம் என்பதை இலக்கியத்தில் ஒரு உறுப்பாய் வைத்துள்ளனர் தமிழர்கள். மாதவி நீராடும்போது, அவள் குளித்த நீரில் என்னென்ன நறுமணப்பொருட்கள் இருந்தன என்பதை இளங்கோவடிகள் குறிப்பிடுகிறார் என்பதைப் பாருங்கள்.

பூவந்தி, திரிபலை, கருங்காலி, நாவல் முதலிய பத்து பொருட்களை ஊறவைத்து ஆடுமகளின் தோல் வனப்பிற்காகவும், கோட்டம், அகில், சந்தானம் போன்ற பொருட்கள் உடல் நறுமணத்திற்காகவும், இலவங்கம், கச்சோலம், இலாமிச்சம் போன்ற முப்பத்தி இரண்டு மூலிகைகள் ஊறிய நீர் நோயற்ற உடல் நலத்திற்காகவும் மாதவி பயன்படுத்தினாள் என்பதைப் பார்க்கும் போது, நீராடலுக்கு எவ்வளவு முக்கியத்துவம் கொடுத்துள்ளார்கள் என்பதை உணர முடிகிறது.

உலகில் வேறு எந்த இனத்திலும், குளிப்பதை இப்படி கொண்டாடி இருக்கிறார்களா பாருங்கள் "என்று தொ.ப. சொல்லும்போது நாம் வியப்பின் உச்சிக்கே செல்வோம். இறுதியில் ஒரு முத்திரை வாக்கியத்தோடு முடிப்பார்" ஒருகாலத்தில், தமிழகம் முழுவதும் பரவியிருந்த சமண மதம் கரைந்து போனதற்குப் பல காரணங்கள் இருந்தன. அவற்றில் ஒன்று, சமணத்துறவிகள் நீராடுவதில்லை என்பது." தமிழக நாட்டார் தெய்வ வழிபாடு பற்றி அவர் கூறிய கருத்துக்கள் முக்கியமானவை.

நாட்டார் தெய்வ வழிபாடு என்றாலே, சாமியாட்டம், குருதிப்பலி போன்றவையே நம் கண்முன்னே விரிகிறது. இவை மேம்போக்காகப் பார்க்கப்படுபவை. அதிகாரத்தை நிலைநிறுத்த விரும்பும் வைதீக சமயங்களுக்கு மூன்று அடிப்படைத்தேவைகள் உண்டு.

முதலாவது, ஒரு புனித நூல்.(வேதம், பைபிள், குர்ஆன்)

இரண்டாவது, விதிகளை அடிப்படையாகக் கொண்ட பூசை முறை.(ஆகமங்கள்)

மூன்றாவது, புனித இருப்பிடங்கள் (கைலாசம், பரமபதம், காசி, பெத்லேம், மெக்கா). இவற்றோடு கடவுளுக்கும் பக்தர்களுக்கும் நடுவிலே நிற்கும் புரோகிதர் என்ற மனிதன். நாட்டார் தெய்வ வழிபாட்டில் மேற்கூறிய இலக்கணங்கள் எதுவும் கிடையாது. இவை நிறுவன சார்பற்றவை.

சுடலைமாடன், இசக்கி போன்ற தெய்வங்களுக்கு நிறுவனத் தலைமை ஏதும் இல்லை. இங்கே சாமியைத் தொட்டு பூசனை செய்யும் பூசாரிகளும், சாமியாடிகளும் அதே சாதியினரே. அவர்களுக்குத் தரப்படும் புனிதம் சார்ந்த மரியாதை அல்லது ஆன்மீக அதிகாரம் என்பது திருவிழா நடைபெறும் ஒன்றிரண்டு நாட்களிலும், சாமியாடும் நேரத்திலும் மட்டும் தான். பின்னர் அனைவரும் இயல்பான தன்மையுடன் உறவாட வேண்டியவர்களே என்ற அவரது கருத்துக்கள் ஆழ்ந்து சிந்திக்கத்தக்கன.

சாதிய அடுக்குமுறை காரணமாகவோ அல்லது உள்ளூர் காரணங்களுக்காகவோ ஒரு தெய்வத்தை வழிபட தடை ஏற்பட்டால், நாட்டார் தெய்வ வழிபாட்டு நெறி அதற்கு ஒரு மாற்றை சொல்கிறது. அதாவது அந்தத் தெய்வத்தின் கோவிலில் இருந்து யாராயினும் "பிடிமண்" எடுத்துக்கொண்டு சென்று தன்னிடத்தில் அந்த தெய்வத்துக்கு ஒரு கோவிலை உருவாக்கிக்கொள்ளலாம். இதனை யாரும் எதிர்க்க இயலாது. கேரளத்தில் நாராயண குரு இதைத்தான் செய்தார்.

நாட்டார் தெய்வ வழிபாட்டில் மட்டுமே தெய்வத்தை தன்மேல் நிறுத்தி சாமியாடவும், குறி சொல்லவும் (அருள் வாக்கு) பக்தர்களுக்கு திருநீறு வழங்கவும் பெண்களுக்கு உரிமை இருக்கின்றது. இது பெருந்தெய்வ கோவில்களில் முற்றிலும் நிராகரிக்கப்பட்ட ஒன்று என்பதை இங்கே நினைவில் கொள்ள வேண்டும்.

நாட்டார் தெய்வங்கள் எவையும் முன்னால் தோன்றி வரம் தருபவை அல்ல. பின்னே நின்று பாதுகாப்பு தரக்கூடியன. அவை அழிக்கும் ஆற்றல் அற்றவை. அதற்குப்பதில், வயல் களத்திலும், அறுவடைக்காலத்திலும், கண்மாய் கரையிலும், ஊர் மந்தையிலும் தூங்காமல் நின்று காவல் காக்கக்கூடிவை. நாட்டார் தெய்வங்கள் "மதம்" என்ற கட்டுக்குள் அடங்குவதில்லை. எனவே, "மதத்திலிருந்து மனிதனை விடுதலை செய்வது" என்ற முழக்கம் நாட்டார் தெய்வ வழிபாடுகளுக்குப் பொருந்தாது என்று முடிப்பார் அவர்.

ஒரு நடமாடும் தகவல் களஞ்சியமாகவே அவர் இருந்தார். ஒவ்வொரு முறை அவரை சந்திக்கும்போதும் புதுப்புது விஷயங்களைச் சொல்வார்.

எழுதுவதைக்காட்டிலும் சாவகாசமாகப் பேசுவது அவருக்கு மிகவும் பிடித்தமான ஒன்று. அதிகாலை ஆறு மணிக்கு பாளையங்கோட்டை தெற்குக் கடை வீதியில் உள்ள தேநீர் கடையருகே இதற்கென்றே

ஒரு கூட்டம் கூடும். தேநீர் குடித்தபடி பேசுவதற்காகவே ஒரு அறையை வாடகைக்கு பிடித்துப்போட்டிருந்தார் என்றால் நீங்கள் வியப்படைவீர்கள். ஆனால் உண்மை. அந்த அறையில் தொ.ப.வைச் சுற்றி பத்து, பதினைந்து பேர் சூழ்ந்து உட்கார்ந்து அவரோடு விவாதித்துக் கொண்டிருப்பார்கள். திமுக முன்னாள் சட்டமன்ற உறுப்பினர் ஏ.எல்.சுப்ரமணியன், பாளையங்கோட்டை நகர்மன்ற முன்னாள் தலைவர் சுப.சீதாராமன், மார்க்சிஸ்ட் கட்சியின் நெல்லை மாவட்ட செயற்குழு உறுப்பினர் வீ.பழனி போன்றோர் அதில் முக்கியமானவர்கள்.

ராமர் பாலம் குறித்த சர்ச்சை ஏற்பட்டபோது, சேதுக்கரை என்பது வட இந்திய புராண கதைகளில் பாரத தேசத்தின் தெற்கு எல்லை என்று கருதப்பட்டது. பத்தொன்பதாம் நூற்றாண்டின் இறுதியில் தான் கன்னியாகுமரி தெற்கு எல்லை என்பதை ஏற்றுக்கொண்டார்கள் அவர்கள். எனவே ராமர் பாலம் இருந்ததா அல்லது மணல் திட்டா என்பதை விஞ்ஞான ஆய்வுகள் மூலமே ஏற்க முடியுமே தவிர, புராண கருத்துக்களின் மூலம் ஏற்க இயலாது என்று மதவாதிகளுக்குப் பதில் கொடுத்தார் தொ.ப.

வள்ளலாரைப்பற்றி அவர் குறிப்பிடும்போது, 19ஆம் நூற்றாண்டின் வெற்றிபெற்ற கலகக்காரரர் என்று சொல்வார். உருவ வழிபாட்டை நிராகரித்த அவர், தான் நிறுவிய ஆன்மிக மையத்திற்கு "கோயில்" என்று பெயரிடாமல் "சபை" (சத்திய ஞான சபை) என்றே பெயரிட்டார்.

கோவில்களில் அக்காலங்களில் சமயம் சார்ந்த அடியவர்களுக்கு உணவளிக்கும் மரபு இருந்தது. அந்த அடியவர்கள் அனைவருமே பிராமண சமூகத்தைச் சார்ந்தவர்கள் மட்டுமே. இந்த முறையை மாற்றி பசியால் வாடும் அனைத்து மக்களுக்கும் சாதி வித்தியாசமின்றி உணவு படைத்த பெருமை வள்ளலாருக்கு உண்டு. பசிப்பிணியை மனித குலத்தின் முதல் எதிரியாக நினைத்து செயல்பட்டவர் வள்ளலார்.

அவரது செயல் ஆன்மீக வரலாற்றில் ஒரு புதுமை என்று கொண்டாடுவார் தொ.ப. நெல்லை மாவட்டத்தில் மேலச்செவலில் இருந்து களக்காடு செல்லும் சாலையில் சிங்கிகுளம் என்ற ஊர். ஊருக்குக் கிழக்கே சின்ன மலை. மலையில் இருப்பது சமணக்கோவில். தீர்த்தங்கரர் சிலை இருக்கிறது.

அருகே அம்பிகா யட்சி என்ற சிலை. இவர் நேமிநாதர் என்ற

தீர்த்தங்கரருக்குச் சேவை செய்யும் பணிமகள். இப்போதோ, அம்பிகா யட்சி, பகவதி அம்மனாக இங்குள்ள மக்களால் கொண்டாடப்பட்டு வருகிறார். தாம் வழிபடும் அம்மன் ஒரு சமண தெய்வம் என்று அறியாமலே இப்போதுள்ள மக்கள் பொங்கல் இட்டு வழிபாடு செய்கின்றனர். உலக வரலாறு நெடுகிலும், ஒரு பிரிவின் வழிபாட்டு தலங்கள் பிற மதத்தவரால் இடிக்கப்படுவதும், அழிக்கப்படுவதும் நடந்து கொண்டிருக்கும்போது, தமிழ்நாட்டின் எளிய மக்களோ எந்தவித தடையுமின்றி கடந்த 800 ஆண்டுகளாக சமண மத கடவுளைத் தங்கள் தெய்வமாக ஏற்று வழிபடுகின்றனர். சனநாயக உணர்வு கொண்ட எளிய மக்களின் இந்த உணர்வு போற்றத்தக்கது என்பார் அவர்.

உலகமயமாக்கம் என்பதைக் கலாச்சாரத்தின் மீதான தாக்குதல் என்றே சொல்வார் தொ.ப. இந்தக் கலாச்சார யுத்தத்தை நம்மீது தொடுத்திருப்பது பன்னாட்டு மூலதனம் என்று ஆரம்பிப்பார்.

பன்னாட்டு மூலதனம் என்ன செய்கிறது என்றால், தான் எந்தெந்த நாடுகளில் எல்லாம் கொள்ளையடிக்கப்போகிறதோ அங்கு முதலில் பண்பாட்டு வன்முறையை ஏவுகிறது. தந்தி பேப்பரில் சுக்குக்கு என்ன பயன், தூதுவளைக்கு என்ன பயன் என்று போட்டு அதற்கு பாட்டி வைத்தியம் என்று போடுவார்கள். பாட்டி என்பவள் சமகாலத்துடன் இயங்கி செல்ல முடியாது. இந்த மருத்துவமும் சமகாலத்துடன் இயங்கி செல்ல முடியாது என்பதை நமக்கு மறைமுகமாக உணர்த்துகிறார்கள்.

அறிவு என்பதை எழுத்து மூலம் சார்ந்ததாக எண்ணுவது மடைமை. அப்படி வெள்ளைக்காரர்கள் சொல்லி சென்றார்கள். எழுதப்படிக்க தெரியாதவன் எல்லாம் முட்டாள் என்று. எழுதப்படிக்க தெரியாத நமது முன்னோர்களின் தாவர அறிவு பொய்யா? அவர்களின் மருந்து பற்றிய அறிவு பொய்யா? எழுதப் படிக்கத் தெரியாத தச்சன் அழகிய நாற்காலியை உருவாக்குகிறான். அழகிய சிற்பத்தை படைக்கிறான். இதைத்தான் கார்ல் மார்க்ஸ் "தொகுக்கப்படாத அறிவு" என்று சொல்வார்.

சோற்றை கொடையாய்க்கொடு
கல்வியை கொடையாய்க்கொடு
மருந்தை கொடையாய்க்கொடு
அண்டி வந்தவனுக்கு அடைக்கலம் கொடு

இவை நான்கும்தானே சமணத்தின் அடிப்படைக்கொள்கை.

இந்த நான்கையும் கழித்துவிட்டீர்கள் என்றால், யுனெசுகோ என்ற அமைப்பே இல்லை. கல்வியையும், மருந்தையும் கொடையாய் கொடு என்று சொன்னது உலகத்திலேயே சமணம் ஒன்று தான். அவர்கள் மருத்துவ ஏடுகளைச் சுமந்து கொண்டு அலைந்தார்கள். வாழ்ந்த குகைகளில் குடிக்க தண்ணீர் குழிகள் மட்டுமே உண்டு. டம்ளர் கூட கிடையாது. ஒருநாளைக்கு ஒருவேளை மட்டுமே உணவுண்டு பட்டினி கிடந்த துறவிகள். வைதீகம் வந்து அரசுகள் உருவாக்கப்பட்ட பின்னரே மருத்துவம் ஒரு தொழிலாக ஆகிறது. அதுவரை மருந்தும் ஒரு விற்பனை பொருளன்று. இப்போது ஆங்கில மருத்துவம் வரும்போதே அதிகாரத்தோடு வருகிறது. பாட்டி வைத்தியம் போன்ற நமது பாரம்பரிய ஆணிவேரை அறுத்து எறிந்தால் மட்டுமே, பன்னாட்டு முதலாளிகளுக்கு எதையும் சந்தைப்படுத்த முடியும்.

"1920 வரைக்கும் கீழ் சாதிக்காரரர்கள் யாரும் மருத்துவ கல்லூரியில் சேர முடியாது. சேர வேண்டுமானால், குறைந்தபட்சம் சமஸ்கிருதம் தெரிந்திருக்க வேண்டும். இது ஒரு முன் நிபந்தனை. பிற்படுத்தப்பட்ட, ஒடுக்கப்பட்ட சாதிகளில் இருப்போருக்கு சமஸ்கிருதம் தெரியுமா? 1920 ல் நீதிக்கட்சி அமைந்த பிறகு தான் இந்த விதியை நீக்கினார்கள். அதுவரை ஆங்கில மருத்துவம் என்பது மேல்சாதி அதிகாரத்தோடு கட்டப்பட்டிருந்தது" என்று சொல்வார் தொ.ப.

அழகர்கோவில், அறியப்படாத தமிழகம், பண்பாட்டு அசைவுகள், பாளையங்கோட்டை, தெய்வம் என்பதோர், நான் இந்து அல்ல, நீங்கள்?, செவ்வி, விடு பூக்கள், மரபும் புதுமையும் உள்ளிட்ட 20 நூல்களை எழுதியவர் தொ.ப.

பாளையங்கோட்டையை "மாணவர்களின் நகரம்" என்று அழைத்தார் இவர். தென்னிந்தியாவின் ஆக்ஸ்போர்டு என்று பாளையங்கோட்டையை ஏன் அழைத்தார்கள் என்பதற்கு அவர் விளக்கமும் தருவார். ஏராளமான கல்வி நிறுவனங்கள் இருப்பதால் இப்படி அழைக்கவில்லை. பார்வை இழந்தோர்க்கு ஒரு பள்ளி, வாய் பேச இயலாதோருக்கு ஒரு பள்ளி, பெண்கள் பயில தனியாக ஒரு பள்ளி என்று சமூகத்தின் அனைத்து மக்களுக்காகவும் இங்கே கல்வி நிறுவனங்கள் துவக்கப்பட்டன. அதனாலேயே தென்னிந்தியாவின் ஆக்ஸ்போர்டு என்று அழைக்கப்பட்டது என்பார்.

"கூலி" என்ற சொல்லைப்பற்றி அவர் சொல்லும் தகவல் சுவாரசியமானது. தமிழில் இருந்து ஆங்கிலத்துக்குப்போன சொற்களில்

"கூலியும்" ஒன்று. ஆக்ஸ்போர்டு அகராதியில் இந்த சொல்லிற்கு "இந்திய, சீன தொழிலாளி" என்று பொருள் தரப்பட்டிருக்கிறது.

கூலி என்ற சொல்லின் வேர்ச்சொல் "கூலம்". கூலம் என்றால் தானியம் என்று பொருள். செய்யும் வேலைக்கு அன்றன்று தானியங்களை பெறுபவர் கூலி ஆவார். பிற்காலத்தில் "சம்பளம்" என்ற சொல் கூலிக்கு மாற்றான சொல்லாக பயன்படுத்தப்பட்டது. சம்பளம் என்பது சம்பா நெல்லும் அளத்து உப்பும் உழைப்பிற்கு பதிலாக பெற்றதை குறிக்கும் சொல்லாகும். ரூபாய் போன்ற பணம் புழக்கத்தில் இல்லாமல் இருந்த அக்காலத்தில், பண்டமாற்றுப் பொருளாதாரம் நிலவிய அக்காலத்தில் (40 வருடங்களுக்கு முன்பு வரை கூட, சுளவில் அரிசி கொடுத்து, பதிலுக்கு அரைக்கீரை வாங்கும் பழக்கம் இருந்தது என்பதை பலர் அறிந்திருக்கக்கூடும்) ஏழை தொழிலாளர்கள் பெற்றதே "கூலியாகும்". கூலி என்ற சொல் ஏழ்மை நிலையை மட்டுமின்றி, சமூக மரியாதை பெறாதவர்கள் என்பதனையும் உணர்த்துகிறது.

மனோன்மணியம் சுந்தரனார் பல்கலைக்கழகத்தில் தமிழ்த்துறை தலைவராக பணியாற்றிய பேரா.தொ.ப.விற்கு குருநாதர் யார் என்று அறிந்து கொள்ளும் ஆவல் பலருக்கும் ஏற்பட்டிருக்கும். அவர் வீட்டில் இருந்து நூறு அடி தூரத்தில் இருந்த தமிழறிஞர் சி.சு.மணி அவர்களே இவருக்கு வழிகாட்டி.

"சிவஞான மாபாடியத்திற்கு விளக்கம் எழுதிய தமிழறிஞர் சி.சு. மணி அவர்களிடம் இருந்தே அனைத்தையும் கற்றுக்கொண்டேன், சிகரெட் புகைப்பது உட்பட" என்று சிரித்தபடியே சொல்வார் தொ.ப.

நெல்லையில் தமிழ்நாடு முற்போக்கு எழுத்தாளர் கலைஞர்கள் சங்கம் நடத்தும் அனைத்து நிகழ்வுகளிலும் தவறாமல் பங்கேற்றவர் தொ.ப. 42 கூட்டங்களில் சிறப்புரை நிகழ்த்தியுள்ளார். நெல்லை, சங்கரன்கோவில், கோவில்பட்டி கலை இரவு நிகழ்வுகளில் பங்கேற்று உரை நிகழ்த்தியிருக்கிறார். அதே சமயம், பல கூட்டங்களில் பார்வையாளராகவும் எதிரே அமர்ந்து கேட்டும் இருக்கிறார். இது தான் அவருடைய பண்பு.

கல்லூரியில் பணம் கட்ட இயலாத மாணவ, மாணவியர்களுக்கு அவரே கட்டணம் செலுத்துவார்.

தொ.ப. மறைவு என்பது பண்பாட்டு ஆய்வுத் தளத்தில் ஏற்பட்ட வெற்றிடம் என்பது நூறு சதவீதம் உண்மை.

பேராசிரியர். தொ.பரமசிவன் அவர்களின்

அறியப்படாத தமிழகம் - நூல் விமர்சனம்

க.சுபாஷிணி

நாட்டார் வழக்காற்றியல் தொடர்பான ஆய்வுகள் தற்சமயம் தமிழுலகில் தேவைக்கு மிகக் குறைவாகவே நிகழ்த்தப்படுகின்றன. நா.வானமாமலை, மயிலை சீனி வேங்கடசாமி, ஆ.சிவசுப்பிரமணியன், பக்தவச்சல பாரதி போன்றோரது வரிசையில் முக்கிய கவனத்தைப் பெறுபவர் தொ. பரமசிவன். மக்களின் அன்றாட வாழ்க்கையில் நிறைந்துள்ள மானுடவியல் கூறுகளையும், இயற்கையோடு சேர்ந்த வகையில் அமைந்த மனித வாழ்க்கையையும் அலசி ஆராய்ந்து அவற்றை ஆய்வுலகிற்கு வழங்கிய சிலரது வரிசையில் முக்கியப்பங்கு தொ. பரமசிவன் அவர்களுக்கு உண்டு. ஏறக்குறைய அவரது அனைத்து நூல்களையும் நான் வாசித்திருக்கிறேன். எனது வீட்டு நூலக புத்தக சேகரிப்பில் அவரது நூல்கள் அனைத்தும் இடம்பெறுகின்றன. அவற்றுள் ஒன்றுதான் அறியப்படாத தமிழகம் என்ற இந்த நூல்.

தமிழ், வீடும் வாழ்வும், தைப்பூசம், பல்லாங்குழி, தமிழக பௌத்தம்: எச்சங்கள், பேச்சு வழக்கும் இலக்கிய வழக்கும், கருப்பு ஆகிய தலைப்புகளில் ஏழு கட்டுரைகள் இந்த நூலை அலங்கரிக்கின்றன.

தமிழ் என்ற தலைப்பில் அமைந்த கட்டுரை மிக இயல்பாகத் தமிழ் மொழியில் மனித வாழ்க்கையோடு இணைந்த வகையில் அமைந்துள்ள கட்டமைப்பை அலசி ஆராய்கிறது. தமிழர் வாழ்வில் ஒன்றோடு ஒன்று பின்னிப் பிணைந்து அமைந்துள்ள இயற்கை, தமிழர் உணவு, மிக இயல்பாக மக்கள் அன்றாடம் பயன்படுத்தும் உப்பு மற்றும் அது சார்ந்த உணர்வுகள், உணவோடு மக்களுக்கு கலந்து வருகின்ற நம்பிக்கை, தமிழ் மக்கள் வாழ்வில் எண்ணை பயன்பாடு, தேங்காய், உரலும் உலக்கையும், சிறுதெய்வங்களுடைய உணவு, படையல் என ஏராளமான விஷயங்களைத் தமிழர் வாழ்வியலில் அமைந்திருக்கின்ற உணவு சார்ந்த விஷயங்களோடு ஒப்பிட்டு கள

ஆய்வின் வெளிப்பாடாக இந்தக் கட்டுரை வழங்குகிறது.

தெய்வங்கள் என்றால் தெய்வங்கள் தானே. அதில் எப்படி பெரிய தெய்வம் சிறிய தெய்வம் என்று ஆக முடியும் என்று கேட்கலாம் அல்லவா? இதனைச் சுட்டிக் காட்டுகின்றார் நூலாசிரியர். சிறுதெய்வம் என்ற சொல்லாட்சி முதன்முதலில் அப்பர் தேவாரத்தில் காணப்படுகிறது என்பதைச் சுட்டிக்காட்டி, வழிபடும் மக்களுக்கு எல்லா தெய்வங்களும் ஒன்றே என்றும் பெரிய தெய்வம் என்றோ சிறிய தெய்வம் என்றோ அடையாளப்படுத்த வேண்டிய அவசியமில்லை என்பதை வெளிப்படுத்துகின்றார்.

வீடும் வாழ்வும் என்ற கட்டுரை பொதுவாக மக்களின் உடை சார்ந்த விஷயங்களை ஆராய்கிறது. தமிழர் பாரம்பரியத்தில் இன்று நாம் அடையாளப்படுத்தும் பெண்கள் அணியும் சேலையும் ஆண்கள் அணியும் வேட்டியும் எந்த காலம்தொட்டு தமிழக மக்கள் பயன்பாட்டில் வழக்கிற்கு வந்தது என்பது சுவாரசியமான ஒரு ஆய்வு அல்லவா? இன்று பெண்கள் அணியும் ரவிக்கை மற்றும் ஆண்கள் அணியும் மேலாடை ஆகியவை பண்டைய தமிழ் மக்கல் உடை பயன்பாட்டில் இல்லை. கால மாற்றத்தில் வெவ்வேறு சமூகச் சூழல்கள் பெண்களின் உடை உடுத்தும் பாங்கில் பெருமளவிலான மாற்றத்தை ஏற்படுத்தியிருக்கின்றன. தமிழகச் சூழலில் எந்தச் சாதியினர் எந்த வகையான உடை அணியலாம் என்ற கட்டுப்பாடும் இருந்தது என்பதை நாம் ஒதுக்கிவிட முடியாது. சாதி கட்டுமானங்கள் ஏற்படுத்தி இருந்த இறுக்கமான சமூக அமைப்பினை உடைத்து சிதறடித்து அனைத்து மக்களும் உடை அணிந்து சுயமரியாதையுடன் தங்கள் வாழ்க்கையை அமைத்துக்கொள்ள காலனித்துவ ஆட்சி பங்கு வகித்திருக்கின்றது என்பதை நாம் ஒதுக்கித் தள்ளிவிட முடியாது.

இந்த நூலில் இடம்பெறும் மூன்றாவது கட்டுரை தைப்பூச திருவிழா, தீபாவளி பண்டிகை, விநாயகர் வழிபாடு, துலுக்க நாச்சியார் வழிபாடு போன்ற மக்கள் நம்பிக்கை சார்ந்த சில திருவிழாக்களை பற்றியும், தமிழ்ச்சமூகத்தில் சடங்குகளோடு சம்பந்தப்பட்ட சமூகங்களான பண்டாரம், பறையர், மத்தியான பறையர், குருமார்கள், இஸ்லாமிய பாணர்கள் ஆகியோரைப் பற்றிய தகவல்களை ஆராய்கிறது. ஒவ்வொன்றும் நாம் அறியாத கோணங்களில், ஆனால் மிக இயல்பாக நாம் காணத் தவறிய விஷயங்களை அடையாளப்படுத்துகிறது என்பதே இதன் சிறப்பு.

நூலின் இறுதிக் கட்டுரையாக இடம்பெறுவது கருப்பு என்ற

தலைப்பிலான கட்டுரை. இயற்கையின் அனைத்து பொருட்களும் வேறுபாட்டுடன் இருப்பது போல மனித உடலும் நிற வேறுபாடுகள் கொண்டிருக்கின்றது. சமூகச் சூழலில் கருப்பு நிறம் சிவப்பு நிறம் என்ற இரு கூறுகள் மிகப்பெரிய சமூகத் தாக்கத்தை ஏற்படுத்தக் கூடியவையாக இருக்கின்றன. சிவப்பு என அடையாளப்படுத்தப்படும் மனிதர்களின் தோலின் நிறம் உண்மையில் சிவப்பு இல்லை என்பதும் வெளிர் பழுப்பு நிறமே `சிவப்பு` என அடையாளப் பெயராக வழங்கப்படுகின்றது என்பதும் கவனத்தில் கொள்ள வேண்டியது. சிவப்பாக இருப்பவர்கள் நல்லவர்கள் என்பதுவும், சிவப்பாக இருப்பவர்கள் பொய் சொல்ல மாட்டார்கள் என்பதும் படித்தவர்கள் சிவப்பாக இருப்பார்கள், மேலானவர்கள் சிவப்பாக இருப்பார்கள் என்பது போன்று பொதுவாக நம் வழக்கில் இருக்கின்ற சிந்தனைக் கட்டமைப்பு சார்ந்த விஷயங்களை ஆசிரியர் கூர்ந்து நோக்கியிருக்கின்றார். கருப்பு சிவப்பு என்பது வெறும் அழகுணர்ச்சி சார்ந்த பிரச்சினை மட்டுமன்று. `அது மரபுவழி உணர்ச்சியிலிருந்து திசை மாற்றப்பட்டு அவர்களின் அதிகார வேட்கைக்கும் மரபுவழி சங்கிலியால் பிணைக்கப்பட்ட எளிய மக்களுக்கும் இடையில் நிலவி வரும் ஒரு முரண்பாடு` என்பதையும் நூலாசிரியர் சுட்டிக் காட்டுகின்றார்.

அன்றாட வாழ்க்கையில் நாம் வினாடிக்கு வினாடி அனுபவிக்கின்ற பல்வேறு விஷயங்களிலும் நமது கவனத்தைக் குவித்து ஆராயாமல், `இவையெல்லாம் சாதாரண விசயங்கள் தானே` என மேம்போக்காக, மனிதர்கள் ஆழ்ந்து காண விரும்பாமலும் பொருட்படுத்தாமலும் விட்டுச் செல்கின்ற பல்வேறு விஷயங்களையும் பொறுக்கி எடுத்து அவற்றையும் தனித்தனியாக ஆராய்ந்து அத்தகைய விஷயங்கள் ஏற்படுத்துகின்ற பண்பாட்டு அசைவுகளை நூலாசிரியர் மிகச் சிறப்பாக சுட்டிக்காட்டுகின்றார. மானுடவியல் ஆய்வில் ஈடுபடும் ஆய்வு மாணவர்கள் அனைவரும் கட்டாயம் வாசிக்க வேண்டிய ஒரு நூல்.

நூல் விபரங்கள்:
நூலாசிரியர்: தொ.பரமசிவன்
பதிப்பு: காலச்சுவடு பதிப்பகம்

பேராசிரியர். தொ.பரமசிவன் அவர்களைத் தமிழ் மரபு அறக்கட்டளை 12.12.2015 அன்று, "**சிறந்த தமிழ் மானுடவியல் ஆய்வாளர்**" என்ற விருதளித்துச் சிறப்பித்தது. புகைப்படத்தில், முனைவர்.க.சுபாஷிணி பொன்னாடை அணிவிக்கின்றார். அருகில் முனைவர். கட்டளை கைலாசம்.

பண்பாட்டு அசைவுகள்
பரண்
செவ்வி
உரைகல்

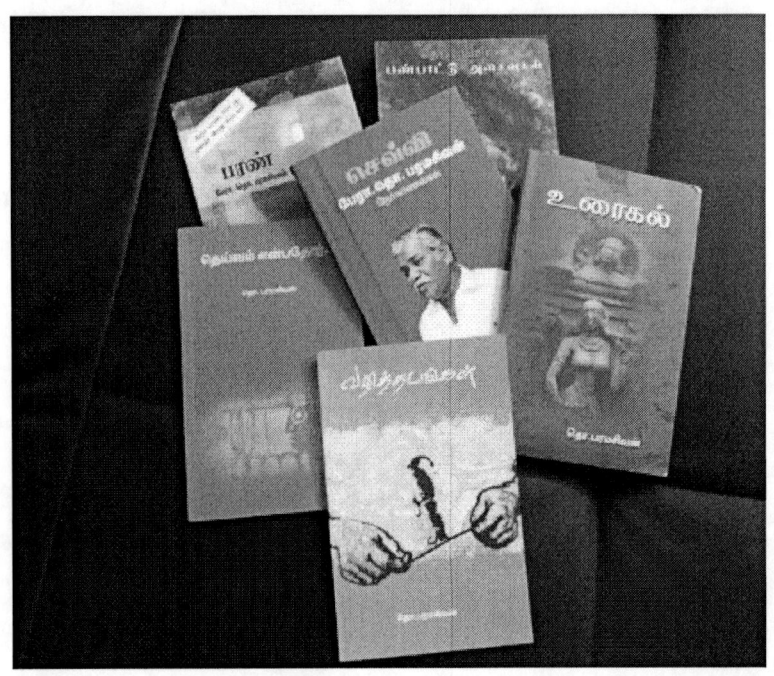

தமிழ் மரபு அறக்கட்டளை பன்னாட்டு அமைப்பின் வெளியீட்டில் இதுவரை வெளிவந்த நூல்கள்

திருவள்ளுவர் யார்?
கட்டுக்கதைகளைக் கட்டுடைக்கும் திருவள்ளுவர்
கௌதம சன்னா (2019)   விலை ரூ.190

Der Kural Des Thiruvalluver
by Dr.Karl Graul
(First edition 1856 reprinted - 2019)   Price.80 Euro

Thiruvalluvar's Prose
by August Fridrich Cammerer
(First edtion 1803 - Reprinted - 2019)   Price.50 Euro

நாகர் நிலச்சுவடுகள் (இலங்கை பயண அனுபவம்)
மலர்விழி பாஸ்கரன்   விலை.ரூ.100

அறியப்பட வேண்டிய தமிழகம்
தொ. பரமசிவன் நேர்காணலும் கட்டுரைகளும் (2021)
தொகுப்பாசிரியர் - முனைவர்.க.சுபாஷிணி   விலை.ரூ.80

கீழக்கரை வரலாறு (2021)
எஸ்.மஹ்மூது நெய்னா   விலை.ரூ.250

சிதம்பரம் - ஊர் உருவாக்கமும் புவிசார் அமைப்பும் (2021)
முனைவர்.சிவராமகிருஷ்ணன்   விலை.ரூ.100